കാഞ്ഞിര കഥകൾ

Nadakkavu, Kozhikode, Kerala, 673011
www.insightpublica.com
e-mail: insightpublica@gmail.com
Title: **KANJIRA KATHAKAL**
(Malayalam)
Author: **Dr.K.Madhavan**
First Edition: October 2024
Copyright © Reserved
All rights reserved.
Printed and Published by
InsightinPublica Printers & Publishers Pvt. Ltd.
ISBN 978-93-5517-561-8
₹180

കാഞ്ഞിര കഥകൾ

ഡോ. കെ. മാധവൻ

INSIGHT PUBLICA ®

ജനനം : കണ്ണൂർ ജില്ലയിൽ ശ്രീകണ്ഠപുരം കോട്ടൂർ എന്ന സ്ഥലത്ത്. അച്ഛൻ : അധ്യാപകനായിരുന്ന വിഷ്ണു നമ്പൂതിരി. അമ്മ : ഗൗരി അന്തർ ജ്ജനം.

കോട്ടൂർ യു.പി സ്കൂൾ, ശ്രീകണ്ഠപുരം ഹൈസ്കൂൾ, തളിപ്പറമ്പ് സർ സയ്യിദ് കോളേജ്, മണ്ണുത്തി വെറ്ററിനറി കോളേജ് എന്നിവിടങ്ങ ളിൽ വിദ്യാഭ്യാസം. വെറ്ററിനറി സയൻസിൽ ബിരുദാനന്തര ബിരുദം. സംസ്ഥാന മൃഗസംരക്ഷണവകുപ്പിൽ ജോയിന്റ് ഡയറക്ടർ ആയി വിരമിച്ചു.

പ്രസിദ്ധീകരിച്ച കൃതികൾ : മടക്കം (ചെറുകഥാസമാഹാരം), വെറും മാധവന്റെ കുറിപ്പുകൾ (കുറിപ്പുകൾ), ജലദർപ്പണം, കുരിക്ഷുഭൂമി (കവി താസമാഹാരങ്ങൾ).

ഭാര്യ: ലത; അധ്യാപിക, ക്ലാസിക്കൽ നർത്തകിയും ആണ്.

മക്കൾ: നീരജ് മാധവ്, നവനീത് മാധവ്.

ഇപ്പോൾ കോഴിക്കോട് സ്ഥിരതാമസം.

വിലാസം: കീഴേടത്തില്ലം, പാലാട്ട നഗർ,

തിരുവണ്ണൂർ, കോഴിക്കോട്– 673029.

ഫോൺ : 9447950699

email:malaninav@gmail.com

ഡോ. കെ. മാധവൻ

ചില വാക്കുകൾ

ഇതെന്റെ അഞ്ചാമത്തെ പുസ്തകമാണ്. എനിക്ക് കഥയെന്ന തോന്നിയ കുറച്ചെണ്ണം. കഥകേട്ടകളുടെ കാലത്ത് ആരെന്ത് കഥയെന്ന പറയുന്നുവോ അതാണ് കഥ. നമ്മുടെ ജീവിതത്തിലേക്ക് നേരിട്ടോ അല്ലാതെയോ വന്നെത്തുന്നതെല്ലം കഥാപാത്രങ്ങളാണ്. അത്ര തന്നെയുള്ള നമ്മളും. അനുഭവവേദ്യമാകുന്നുണ്ടോ എന്നതേയു ള്ള എന്റെ ആശങ്കയും ബോധ്യവും. സ്നേഹാർദ്രമായ ഒരു സാത്വിക ബോധമാണ് എന്നെ മുന്നോട്ട നയിക്കുന്നത്. അപൂർണ്ണവും ഒരു പക്ഷേ അയഥാർഥവുമായ ശുഭകാമനകളാണ് ജീവിതത്തിന്റെ പ്രതീക്ഷകൾ.

അവതാരിക എന്ന ഏർപ്പാട് എഴുതുന്നവരുടെയും നമ്മുടെയും ബുദ്ധിമുട്ട് പരിഗണിച്ച് ഒഴിവാക്കി.

എന്റെ ആത്മസുഹൃത്ത് പപ്പൻ (എ പത്മനാഭൻ)ഒരു നല്ല ലേഖനം എഴുതിതന്നു. അത് മുൻപിൽ വേണ്ടാ എന്ന് അദ്ദേഹം ശഠിക്കയാൽ പിറകിൽ കൊടുക്കുന്നു. എന്നെയും എന്റെ കഥകളും കഥകേട്ടകളും അറിയുന്ന സുഹൃത്ത് ഇത്തരം കാര്യങ്ങളിൽ ദാക്ഷിണ്യമില്ലാത്ത നില പാട്ടകൾ ഉള്ളയാളാണ്.

എന്റെ കഥകൾ എന്റെ അവതരണമാണ്.

പത്മനാഭനെപ്പോലെ ഒരാളുടെ വിലയിരുത്തൽ മതി ധാരാളം. ബാക്കി, വായനക്കാരുടെ പ്രതികരണവും.

പ്രസിദ്ധീകരിക്കുന്നവരാണ് അവതരണ അവകാശികൾ; വിതരണ അവകാശികളും. അവർ അത് ഭംഗിയായി ചെയ്യും എന്നുറപ്പുണ്ട്.

സുമേഷിനും നസീമയ്ക്കും രണ്ടാളുടെയും ഇൻസൈറ്റിനും നന്ദി.

സ്നേഹത്തോടെ

മാധവൻ

ഉള്ളടക്കം

ചില വാക്കുകൾ...5

ആർദ്രചിത്രങ്ങൾ...9

കാഞ്ഞിരമരം...15

ചിരുകണ്ടന്റെ ന്യായങ്ങൾ...26

നേർക്കാഴ്ച..30

അണ്ണാറക്കണ്ണനും..33

ചെമ്പകം...34

ഫാക്കൽറ്റി ക്ലാസ്സ്...36

കുഞ്ഞമ്പു..39

അതിഥി ദേവോ ഭവഃ..43

നാണവണ്ടി...50

കടൽക്കാഴ്ച..57

ദ്വന്ദ്വം...62

ഉദകക്രിയ..73

ഭാനുമതി...82

ജൈവം..86

രണ്ടു പണിക്കന്മാർ..90

അഞ്ചു ഭ്രാന്തന്മാർ..102

പഠനം :...107

ആർദ്രചിത്രങ്ങൾ

പ്രഭാതനടത്തം കടപ്പറത്താവാമെന്ന വച്ചത് മഴക്കാർ കണ്ടു കൊണ്ടാണ്. എത്രയോ നാളായി മഴ പെയ്തിട്ട്. കൊട്ടം ചൂടാണ്, ചൂടിനെപ്പറ്റി മാത്രം പറയുന്നവരും പ്രാകുന്നവരുമാണ് ചുറ്റിലും. കടൽ ക്കരയിലെ മഴ കാണാമെന്ന മോഹവും ഉണ്ടായിരുന്നു.

പക്ഷെ പെയ്തില്ല...

കടപ്പറത്ത നല്ല തിരക്കാണ്, നടത്തക്കാർ, ഓട്ടക്കാർ, പന്ത് കളിക്കാർ, നാല് യ്യൂനിറ്റ കൊളസ്ട്രോൾ കൂടിയാൽ നാല് റൗണ്ട് അധികം നടക്കുന്നവർ...

മൊത്തത്തിൽ പ്രഭാതജീവിതം ഉണർവിന്റെയും പ്രതീക്ഷയുടെയും ഉത്സവങ്ങളാണ്.

വെയിൽ ചൂടാവുംതോറും ആൾക്കാർ പിരിയാൻ തുടങ്ങി. ആരോഗ്യം നിലനിർത്തി എന്ന സംതൃപ്തിയിൽ വാഹനത്തിൽ കേറി ബൈ പറഞ്ഞു പിരിയുന്നു.

ബദാം മരത്തിനു ചോട്ടിൽ കെട്ടിയ വട്ടത്തറയിൽ കുറച്ചനേരം ഇരിക്കുക തന്നെ. സഞ്ചിയിൽ കരുതിയ കുപ്പിയിൽ നിന്ന് രണ്ട് മൂന്ന് ഇറക്ക് വെള്ളം കുടിച്ചു. ക്ഷീണമുള്ള പോലെ.

യാചകനെപ്പോലൊരാൾ വേച്ച വേച്ച് അഴിഞ്ഞു തുടങ്ങിയ മുണ്ട് ചവിട്ടിക്കൊണ്ട് അവിടേക്ക് വന്നു. മുണ്ട് മുറുക്കിയുടുത്ത് അയാൾ പറഞ്ഞു:

"ഗ്രഡ്മോർണിംഗ്, ബുദ്ധിമുട്ടാവില്ലെങ്കിൽ ഞാനും കുറച്ചനേരം ഇവിടെ ഇരിക്കട്ടെ"

സത്യത്തിൽ അത് ഇഷ്ടമായില്ലെങ്കിലും "ഓ, അതിനെന്താ, ഇരിക്കൂ" എന്ന മറുപടി പറഞ്ഞു.

അയാൾ കീശയിൽ നിന്നും രണ്ട് ഗുളികകൾ പുറത്തെടുത്തു.

"ഈഫ് യ്യ ഡോണ്ട് മൈൻഡ്, കുറച്ച് വെള്ളം തര്വോ? "

നീണ്ട വിരലുകളിലെ കറുത്ത ചേറു നിറഞ്ഞ നഖം തൊട്ടപ്പോൾ അറപ്പ തോന്നി.

നരച്ച നീണ്ട താടി, പല്ലുകൾ കറ പിടിച്ചത്, പലതും കൊഴിഞ്ഞു പോയിരിക്കുന്നു. ബാക്കിയുള്ളവ സംസാരിക്കുമ്പോൾ ആടുന്നുണ്ട്. ഉച്ചാരണം തിരിയാൻ ബുദ്ധിമുട്ട് ഉണ്ട്.

ഗുളികകൾ വിഴുങ്ങിയ ശേഷം കടുത്ത വേദന സഹിക്കുംമട്ടിൽ നെഞ്ചിൽ കൈവെച്ച് അയാൾ കണ്ണടച്ചിരുന്നു.

(ഏതാണാവോ ഈ കുരിശ്? സ്ഥലം വിട്ടാലോ?)

"അതേ, സുഹൃത്തേ,"

(അതിന് നമ്മൾ എപ്പോഴാ സുഹൃത്തുക്കൾ ആയെ)

"ഞാൻ ജോസഫ് "

"വേണു"

"അതേ മിസ്റ്റർ വേണു, ഞാൻ നിങ്ങൾക്ക് ശല്യമായിട്ടുണ്ട് എന്ന് കണ്ടാലറിയാം. ഞാനൊരു രോഗിയാണ്, രോഗികൾക്ക് മറ്റെന്ത് ഐഡന്റിറ്റി ഉണ്ടായിട്ടും കാര്യമില്ല, പ്രത്യേകിച്ചും ദരിദ്രനായാൽ.

നിരാലംബനും ഏകാന്തനുമാണ്.

ഇതൊക്കെ തന്നോട് പറയുന്നത് എന്തിനെന്നാവും മിസ്റ്റർ വേണു ആലോചിക്കുന്നത് "

"ഏയ്, അങ്ങനെയില്ല."

"എപ്പോഴും ഈ മിസ്റ്റർ വിളി ബുദ്ധിമുട്ടാണ്, വേണു. ചിലപ്പോൾ നമ്മൾ ചിലരെ കണ്ടെത്തും, അല്ല, കണ്ടുമുട്ടും. അവരുടെ സാന്നിധ്യ ത്തിൽ ചില ആശ്വാസമോ സുരക്ഷിതത്വമോ അനുഭവിക്കും. താങ്കൾ റിട്ടയർ ചെയ്ത ഒരു സർക്കാർ ഉദ്യോഗസ്ഥൻ ആയിരിക്കണം. ചിട്ടയായ വേഷവും ഷേവ് ചെയ്ത മുഖവും ചീകിയൊതുക്കിയ മുടിയും വിലപിടിപ്പുള്ള കണ്ണടയും അതിലേറെ അനുസരിച്ച മാത്രം ശീലിച്ചിട്ടുള്ള പ്രകൃതവും "

(ഇയാൾ നിസ്സാരക്കാരൻ അല്ലല്ലോ)

"നമുക്ക് ഓരോ ചായ കുടിക്കാം, പൈസ നിങ്ങൾ കൊടുക്കണം. എന്റെ കയ്യിൽ ഉണ്ടായിരുന്നുവെങ്കിൽ ഞാനാണ് കൊടുക്കുക "

"ഓ, അതൊന്നും സാരമില്ല" ചുട്ടചായ ഊതിയൂതി കുടിക്കുമ്പോൾ ജോസഫിന്റെ കണ്ണുകളിൽ തിളക്കം..ആർദ്രത.. കരുണാമയമായ, അസാധാരണമായ നീണ്ട കണ്ണുകൾ. അയാൾ ചിരിച്ചുകൊണ്ട്

     കാഞ്ഞിര കഥകൾ

വേണുവിന്റെ ചുമലിൽ കൈവച്ചു.

"വേണൂ, ഇങ്ങനെയൊരു സന്ദർഭം പണ്ടെപ്പോഴോ ഉണ്ടായ പോലെ, ഞാൻ വളരെ ഹാപ്പിയാണ്."

ഞാൻ ആരാണെന്നറിയും മുമ്പേ ഇത്രമേൽ സ്വാതന്ത്ര്യം എടുക്കുന്നത് ശരിയാണോ എന്നു ചോദിക്കാൻ തോന്നി.

"വേണൂ, ഞാൻ ഒരു സിഗരറ്റ് വലിക്കും, താങ്കൾ വലിക്കില്ലല്ലോ? കണ്ടിട്ട് ഒരു ആരോഗ്യസ്വാമി ആണെന്നും ഭാര്യ മണം പിടിക്കുന്നതു കൊണ്ട് ഒക്കെയും വേണ്ടായെന്നു വയ്ക്കുന്ന ആളമാണെന്ന് കണ്ടാ ലറിയാം. പുരുഷകേസരികൾ വെറും പുരുഷ ആവുന്നത് വീട്ടിലാണ്. പ്രത്യേകിച്ചും ഭാര്യാസന്നിധിയിൽ!"

"ഏയ്, അങ്ങനെയൊന്നുമല്ല"

(ആ പറച്ചിൽ ദുർബലമായിരുന്നു)

അയാൾ മടിക്കുത്തിൽ നിന്ന് അവിടവിടെ നനഞ്ഞുവളഞ്ഞ ഒരു സിഗരറ്റെടുത്തു. ഒരു തീപ്പെട്ടിയും. മൂന്ന് നാല് കോല് കത്തിച്ച ശേഷം അതിന് തീ പിടിച്ചു.

ആദ്യത്തെ പുകയിൽ നാല് ചുമ. പിന്നെ ചുമയുടെ മേളപ്പെരുക്കം!

"ജോസഫ്, എന്തിനാണ്, ഇത്ര കഷ്ടപ്പെട്ട് വലിക്കുന്നത്?"

"അതെയ്, വേണൂ, എനിക്ക് ലങ് കാൻസറാണ്, സ്ക്വാമസ് സെൽ കാർസിനോമ.

ചികിൽസിച്ചിട്ടും വലിയ കാര്യമൊന്നുമില്ല, അതിനുള്ള പണവുമില്ല. കൊടുംവേദനയാണ്, വേദനയുടെ പ്രകൃതം മാറ്റിപ്പിടിക്കാൻ ഒന്നു വലി ക്കുന്നതാ"

"ഈ വലി കൊണ്ടു തന്നെയാവില്ലേ ഈ രോഗവും?"

"അല്ല വേണൂ, ഞാൻ വലിക്കാറില്ലായിരുന്നു, കാൻസർ വന്നപ്പോ വലിക്കാമെന്നു വച്ചു. ആരോടെങ്കിലും പ്രതിഷേധിക്കണ്ടേ?

ഇനി എന്റെ ആവശ്യം പറയാം, എനിക്ക് ഒരു ആയിരം രൂപ വേണം, അത് വേണ തരണം. വെറുതെ വേണ്ട. ഇതൊക്കെ ഞാൻ വരച്ച ചിത്രങ്ങളാണ്. ഇത് ഉത്തരവാദപ്പെട്ട ഒരാളെ ഏൽപ്പിക്കണം എന്നു കരുതി.

പിന്നെ അമ്മയെ ഒന്നു പോയി കാണണം. ആലുവായ്ക്കടുത്തു ചൊവ്വ രയിലാണ്. ട്രെയിൻ ചാർജ്, ഓട്ടോ ചാർജ് ഒക്കെ കൂടി 350 മതിയാവും. പിന്നെ ഒരു മുണ്ടും വേഷ്ടിയും വാങ്ങാൻ 650 മതിയാവില്ലേ? സെറ്റ് മുണ്ട്

അമ്മച്ചിക്ക് വലിയ ഇഷ്ടമാ. അനിയന്റെ കൂടെയാ താമസം. കണ്ടിട്ട് കാലം കുറെയായി. ജീവിച്ചിരിപ്പുണ്ടാവണം.

അനിയന് ഏതോ സഹകരണ ബാങ്കിലാ ജോലി. രാഷ്ട്രീയവും റബർ കൃഷിയും ഒക്കെയായി സുഖജീവിതമാണ്. ഒറ്റ ദിവസം അവരോടൊപ്പം, പിന്നെ ഇറങ്ങും."

"ജോസഫ്, താങ്കൾക്ക കുടുംബം ഇല്ലേ?"

"ഉണ്ടായിരുന്നു, നല്ല ചുമയായതു കൊണ്ട് ചുരുക്കിപ്പറയാം.

ഞാനൊരു ചിത്രകാരനാണ്, മുംബൈയിൽ ആയിരുന്നു. സാമാന്യം നല്ല പേരുള്ള ചിത്രകാരൻ. കുറേ വരച്ചു, കുറെ യാത്ര ചെയ്തു. പ്രദർശ നങ്ങൾ നടത്തി. പണമൊക്കെ വന്നു പോയി. സൗഹൃദങ്ങൾ നന്നേ കുറവ്. "

"കല്യാണം?"

"രണ്ട് കല്യാണം കഴിച്ചു, ആദ്യത്തേത് കല്യാണവും രണ്ടാമത്തേത് കൂടെ പാർക്കലും"

"കുട്ടികൾ?"

"ആദ്യത്തേതിൽ രണ്ട്, രണ്ടാമത്തെയാൾ അതിനൊന്നും അവസ രമുണ്ടാക്കാതെ വേഗം രക്ഷപ്പെട്ടു.

ആദ്യഭാര്യ നർത്തകിയായിരുന്നു. വെറും നർത്തകിയല്ല, മിടുമിടുക്കി. അവൾക്ക നൃത്തവും പാട്ടും അരങ്ങും ആരാധകരും ഒഴിഞ്ഞ നേരമില്ല.

ഞാൻ എതിർത്തിട്ടില്ല, കാരണം അവളായിരുന്ന ശരി. വെറുമൊരു അന്തർമുഖനായിരുന്ന ഞാൻ. എന്റെ ചിത്രങ്ങൾ അവൾ ഒരിക്കൽ പോലും ശ്രദ്ധിച്ചിട്ടില്ല. വീട് വൃത്തികേടാക്കുന്നതിനും, പണം ദുർവ്യയം ചെയ്യുന്നതിനും കൃത്യതയില്ലായ്മയും ഒരുപാട് ചീത്ത പറയുമായിരുന്നു. പോരാത്തതിന് എന്റെ സ്ത്രീ സൗഹൃദങ്ങളിൽ കടുത്ത സംശയവും ഉണ്ടായിരുന്നു. സത്യത്തിൽ മറ്റൊരു സ്ത്രീയുമായും അങ്ങനെ ഒരു ബന്ധം എനിക്കുണ്ടായിരുന്നില്ല. വരയുടെ ആരാധകർ മാത്രം.

അതിസദാചാരിയായ അവൾ ഒരു ദിവസം ഹോട്ടൽമുറിയിൽ നിന്ന് ഒരു വഷളാനോടൊപ്പം ഇറങ്ങി വരുന്നത് ഞാൻ കണ്ടു.

അത് കണ്ടതിന്റെ ജാള്യത രോഷമായും പ്രതിഷേധമായും മാറി. പിന്നീട് ശത്രുത ആവുകയും ഞാൻ വെറും ഫക്കർ ആണെന്ന് അവൾ സ്ഥാപിച്ചെടുക്കുകയും ചെയ്തു. മൂത്ത മകളെയും കൂട്ടി വിദേശത്ത് പോയ പ്പിന്നെ അവളെ കണ്ടിട്ടില്ല. ഇളയ മകൻ ജന്മനാ ദുർബലൻ ആയിരുന്നു.

    കാഞ്ഞിര കഥകൾ

ബാലാരിഷ്ടതകളിൽ നിന്നും കാഴ്ചക്കുറവിൽ നിന്നും ഒക്കെ അതിജീ വിപ്പിച്ച് ഞാനവനെ ജീവിതത്തോട് ചേർത്തു.

കൂടെ താമസിക്കാൻ തയ്യാറായ ഒരു ചിത്രകാരിയോട് വേണ്ടാ എന്ന് പറഞ്ഞില്ല. അവർക്ക എന്നോട് ആരാധനയായിരുന്നു.

മകന്റെ ദൈന്യതയും കരച്ചിലും, പിന്നെ അല്പാല്പമായി വളർന്ന ഈഗോ പ്രശ്നവും അവർക്ക് അസഹനീയമായി.

കഴിവുള്ള അവൾ പോയി രക്ഷപ്പെട്ടോളാൻ ഞാൻ പറഞ്ഞു.

ഇപ്പോൾ പാരീസിലോ മറ്റോ ഉണ്ടാവണം. ഞാൻ തന്നെയാണ് വഴിയൊരുക്കിയതും ചെലവുകൾ വഹിച്ചതും.

ആണായാലും പെണ്ണായാലും പോയിക്കഴിഞ്ഞാൽ പിന്നെ ആറുമാ സമൊക്കെയേ നമ്മളെ ഓർക്കൂ. പെണ്ണാണെങ്കിൽ മറ്റൊരു ആണിനോ ടൊപ്പം ചേർന്നാൽ ബഡ് ചെയ്ത ഫലവൃക്ഷം പോലെ വളരും. വേരുകൾ ആരുടെതായാലും തടിയും ശിഖരങ്ങളും ഇലകളും പൂവും കായും ഒക്കെ മറ്റൊന്നാവും. വേണുവിന് ബോറടിക്കുന്നുണ്ടോ?

ഈ ചിത്രങ്ങൾ അശ്രദ്ധമായി ഇട്ടതു കൊണ്ട് ചളുങ്ങിപ്പോയിട്ടുണ്ട്. ഓയിൽ പെയിന്റിംഗ്സും വാട്ടർ കളറും ഒക്കെ ഉണ്ട്."

ജോസഫ് നീർത്തി കാണിച്ചു.

വലിയ വിവരമില്ലാത്തതുകൊണ്ട് ഗംഭീരമായിട്ടുണ്ട് എന്നുമാത്രം പറഞ്ഞു.

ഉവ്വോ എന്ന ജോസഫിന്റെ മറുചോദ്യത്തിൽ പരിഹാസം ഉണ്ടോ എന്തോ?

"വേണുവിന്റെ കാര്യം ഒന്നും ഞാൻ ചോദിച്ചില്ല. സമയമില്ല, അടുത്ത ട്രെയിനിനു പോണം.

ചിത്രങ്ങൾ പലതും നനഞ്ഞിട്ടുണ്ടായിരുന്നു! വാട്ടർ കളർ അലിഞ്ഞു പല നിറത്തിലുള്ള രക്തം പോലെ ഒഴുകുന്നുണ്ടായിരുന്നു.

"ജോസഫ്, ഇതൊക്കെ നനഞ്ഞിട്ടുണ്ടല്ലോ?"

"ഉണ്ടാവാം, എന്റെ വിയർപ്പ് കൊണ്ടാവാം, കണ്ണീർ വീണിരിക്കാം, അന്തരീക്ഷത്തിൽ നിന്നുള്ള ഈർപ്പം പടർന്നിരിക്കാം.

ഈർപ്പമാണ് ഏതിന്റെയും ജൈവികത. ചിലർ അത് കണ്ടെത്തും. ചിലർക്ക് അത് വെറും വരണ്ട ശേഖരങ്ങളോ വാദങ്ങളോ ആണ്.

ഞാൻ എന്റെ മോനെ വിദേശത്തേക്ക് കയറ്റി വിട്ടു, ഇന്നലെ രാത്രി. അവസാനിക്കാത്ത ഈർപ്പമായി എന്നിൽ ബാക്കിയായ ഒന്നായിരുന്ന അവൻ.

പാവം, പക്വതി കാഴ്ചയും വയ്യാത്ത ശരീരവും കൊണ്ട് വരച്ചുകൂട്ടിയ ചിത്രങ്ങളുടെ ജൈവതാളവും ആർദ്രതയും എവിടെയെങ്കിലും ഒക്കെ അംഗീകരിക്കപ്പെട്ടമായിരിക്കും. സിദ്ധിയുള്ള കലാകാരന്മാർ ചിലപ്പോൾ വൈകല്യങ്ങളോടെയാണ് വേണ്ട പിറക്കുക."

നടന്നു നടന്നു റെയിൽവെ സ്റ്റേഷനിൽ എത്തി.

"എന്തെങ്കിലും കഴിക്കണ്ടേ ജോസഫ്?"

"വേണ്ട, ഛർദിക്കും"

ജോസഫ് വേണുവിനെ കെട്ടിപ്പിടിച്ചു. നനവുകൾ പരസ്പരം തിരിച്ച റിഞ്ഞ പോലെ. "വേണു, മുമ്പേ നമ്മൾ കാണേണ്ടതായിരുന്നു."

"എങ്കിലോ?"

ജോസഫ് ചിരിച്ച കൊണ്ട് പറഞ്ഞു: "തന്നെ ഞാൻ വിവാഹം കഴിച്ചേനെ! "

"ഛെ"

"ഏയ്, വേണു, ഇതൊരു അസംബന്ധഹാസ്യമാണ്, ഞാനൊരിക്ക ലും ഒരു ഗേ ആയിരുന്നില്ല. ആവാൻ മോഹിച്ചിട്ടും ഇല്ല. പരസ്പരം ഒത്ത പോവുന്ന രണ്ട് സുഹൃത്തുക്കളുടെ അന്ത്യരംഗം മാത്രം. അസംബന്ധം ആയിപ്പോയെങ്കിൽ ക്ഷമിക്കൂ. ഏത് ഫലിതത്തിനും ഒരു അസംബന്ധ ഭാവം വന്നേക്കാം."

നനവാർന്ന ചിത്രസഞ്ചി തോളിൽ തൂക്കി വേണു നടന്നു തുടങ്ങി. താൻ ആരാണെന്ന് വേണുവിന് മറന്നുപോയ പോലെ.

 കാഞ്ഞിര കഥകൾ

കാഞ്ഞിരമരം

ഹൈവേ വിട്ടു മറ്റേ റോഡിലേക്ക് കേറീട്ട വേണം ഒന്ന മൂത്രമൊഴിക്കാൻ.

റോഡ് വക്ക നിറയെ കടകൾ, വീടുകൾ, ആരാധനാലയങ്ങൾ.. മൂത്രമൊഴിക്കൽ വലിയ പ്രശ്നം തന്നെ.

മൂത്രം മുട്ടി ബ്ളാഡർ പൊട്ടുന്ന നിലയായി.

റോഡ് തിരിഞ്ഞു, അര കിലോമീറ്റർ കഴിഞ്ഞപ്പോൾ കശുമാവ് മാടി വിളിച്ചു.

എന്റെ കുട്ട്യേ, എത്ര നാളായി നിന്നെ കണ്ടിട്ട് എന്ന മട്ടിൽ ഇലകൾ ആടി.

പൂത്തുനിൽക്കുന്ന കശുമാവിന്റെ കൊമ്പിന ചുറ്റും തേനീച്ചകൾ, വണ്ടുകൾ.

ഇത്ര തന്റെ സൗഹൃദലോകമാണ്.

കശുമാവിൻ ചോട്ടിൽ നീട്ടി മൂത്രമൊഴിച്ചു.

താണ കൊമ്പിൽ ഒന്നിരുന്ന നോക്കി.

'എടാ ഹമുക്കേ,എവിടെടാ' എന്ന് ഇടങ്ങിയ ഫോൺ വിളിയുടെ ബലത്തിലാണ് ഈ യാത്ര.

മുസ്ല, ഇരുപത്തിയഞ്ചു കൊല്ലത്തിന ശേഷം വിളിക്കുകയാണ്.

'എടാ മുസ്ല ,നീയിപ്പോൾ സൗദി സുൽത്താനല്ലേ?'

'അല്ലെടാ ,ഞാൻ അട്ടപ്പാറയുടെ സ്വന്തം സുൽത്താൻ'

'ഞാൻ പറേന്നതങ്ങ് കേട്ടാ മതി. നീയിങ്ങോട്ട വാ, ഒറ്റ്ക്ക്. ബാക്കി നേരിൽ.'

മുസ്ല എന്ന മുസ്തഫ തന്റെ ആത്മമിത്രമാണ്. എന്ന മുതലാണ്

ഞങ്ങൾ ഏറ്റവും പ്രിയപ്പെട്ടവരായത് എന്നൊന്നും ഓർമ്മയില്ല. എട്ടാം തരം മുതൽ ഒന്നിച്ചാണ്. പ്രീ ഡിഗ്രിയും ഡിഗ്രിയും ഒന്നിച്ച തന്നെ. ഒന്നി ച്ചെന്നു പറഞ്ഞാൽ സദാ ഒന്നിച്ച്.

മുസ്തവിന്റെ പുല്ലുമേഞ്ഞ കുരയും തന്റെ ഓടിട്ട വീടും തമ്മിൽ ഏറെ ദൂരമുണ്ട് .

ഏറെ അകലെ നിന്ന് ബസ്സ് കേറി വന്നു പഠിക്കുന്ന രണ്ടു ചങ്ങാ തിമാർ അവധി കാലത്തു പുല്ല് മേഞ്ഞ കുരയിലും ഓടിട്ട വീട്ടിലും മാറി മാറി ഉറങ്ങി .

മുസ്തഫക്ക് ഏഴു പെങ്ങന്മാരാണ്. ഉപ്പക്ക് കരി മുട്ടുന്ന പണി. ഉമ്മ കൊട്ടടക്ക പൊളിക്കാൻ പോവും.

അച്ഛനില്ലാത്ത തനിക്ക രണ്ടു പെങ്ങന്മാരും സദാ പണിക്ക പോവുന്ന അമ്മയും ആണുള്ളത് .വീട്ടുജോലിയിൽ നിന്നുള്ള വരുമാന ത്തിൽ സുഭിക്ഷമായി കഴിയുന്ന കാലം.

രണ്ടു പെങ്ങന്മാരുടെ അതി സ്നേഹവും കരുതലും ജാഗ്രതയും തന്റെ ഉത്തരവാദിത്തത്തെപ്പറ്റിയുള്ള അമ്മയുടെ ഓർമ്മപ്പെടുത്തലും അധിക മാവുമ്പോൾ മുസ്തവിന്റെ വീട്ടിലേക്ക ബസ്സ കേറും .

കള്ള പാസൊക്കെ പറഞ്ഞു ഉള്ള പൈസ കൊണ്ട് മുസ്തവിന്റെ പൊരക്കെത്തിയാൽ ഉമ്മയും ഏഴു പെങ്ങമ്മാരും ചുറ്റിലും നിന്ന് തീറ്റിക്കും. സ്നേഹിച്ച കൊല്ലും.

ഉപ്പാ വരുമ്പോൾ കടലമിഠായി കൊണ്ടു വരും.

തന്റെ വീട്ടിൽ മുസ്തുനാണ് അധികം വില.

'ഓനെ കണ്ടു പഠിക്കെടൊ' എന്ന് അമ്മ പറയും.

'പഠിക്കെടൊ എന്നെ കണ്ട്' എന്നാണ് അവന്റെയും മട്ട്.

കാലം കാലത്തെപോലും തോല്പിച്ച് മാറിമറഞ്ഞു.

ആട്ടപ്പാറയും കണിച്ചേരിയും തമ്മിലുള്ള ദൂരം റിയാദും കൊച്ചിയുമായി അകന്നു.

ഏറെക്കാലം നീണ്ട കത്തുകളിൽ എഴുപതു എൺപതു കാലത്തെ ചെറുപ്പക്കാർക്ക് ഉണ്ടായിട്ടുള്ള സാഹിത്യ പ്രണയവും സാക്ഷാൽ പ്രണയവും വിപ്ലവബോധവും വിഷയമായിരുന്നു.

ഏഴും രണ്ടും ഒമ്പതു പെങ്ങന്മാരുടെ കല്യാണം ഞങ്ങൾ രണ്ടപേരും നടത്തി.

അവന്റെ ഉപ്പ മരിച്ചു. സ്നേഹം ഒഴിച്ച ബാക്കിയെല്ലാം ഉമ്മ മറന്നു

     കാഞ്ഞിര കഥകൾ

പോയി.

മക്കളുടെ പേര് പോലും.

'മോനെ' എന്ന ഒറ്റവിളിയിൽ ഉമ്മ സകലതും തരും.

എന്റെ വിശേഷങ്ങളിലും പരിണാമമുണ്ടായി. അമ്മ പോയേപ്പിന്നെ പെങ്ങന്മാർ വരാതായി. അവരുടെ മക്കളൊക്കെ വലിയ പഠിപ്പുകാരും ഡോക്ടറും എൻജിനീയറും ഒക്കെ ആയി.

താൻ കൊച്ചിയിലെ ഫാക്ടറിയിൽ നിന്ന് പിരിയും മുമ്പേ ഭാര്യ പോയി. സദാ വലിച്ചുകൊണ്ടിരുന്ന അവളുടെ ശ്വാസം നിന്നുപോയത് അറിഞ്ഞതേ പോലുമില്ല.

വലിവുകൊണ്ടും സ്നേഹം കൊണ്ടും തന്നെ ബുദ്ധിമുട്ടിച്ച അവൾ ഒടുക്കം തന്നെ തനിച്ചാക്കി പോയി.

മക്കളെന്ന ധാരാളിത്തത്തിനു ഞങ്ങൾക്ക് അവസരം കിട്ടിയതുമില്ല.

ബാക്കിയായത് ഫ്ളാറ്റും ഒരു സാദാ കാറും പെൻഷൻ ആനുകൂല്യ ങ്ങളും.

അവളുടെ ചിതാഭസ്മം ആഗ്രഹം പോലെ എവിടെയൊക്കെയൊ ഒഴുക്കി.

ഇലക്ട്രിക്കൽ ശ്മശാനത്തിൽ നിന്ന് കിട്ടിയ ചിതാഭസ്മം അവളുടേത് തന്നെ ആയിരിക്കുമോ?അതല്ലെങ്കിൽ തന്നെ എന്ത്?

ചാരത്തിനൊക്കെ ഒറ്റനിറമല്ലേ?

പുകവലി നിർത്തിയത് അവൾ പറഞ്ഞിട്ടായിരുന്നു.

അവൾ പോകുംവരെ അത് തെറ്റിച്ചില്ല.

അവളുടെ ഓർമ്മയ്ക്കായെന്നോണം ഇപ്പോൾ അത് തെറ്റിക്കുന്നു.

കശുമാവിൻ കൊമ്പിൽ നിന്ന് എണീറ്റ് ഒരു പൂങ്കുല പറിച്ചെടുത്തു മണത്തു കാറിലേക്കിട്ടു.

ഗന്ധം പോലെ ഗൃഹാതുരത്തിലേക്കു വലിച്ച കൊണ്ടുപോവുന്ന മറ്റെന്തുണ്ട്?

ആളൊഴിഞ്ഞ വഴിയില്ലൂടെയുള്ള ഡ്രൈവ് അനൂഭൂതിദായകമാണ്.

വല്ലപ്പോഴും എതിരെ വരുന്ന ജീപ്പുകളോ ടൂവീലറുകളോ മാത്രം. ആളെ കുത്തിനിറച്ച ഒരു ബസ്സും കടന്നു പോയി.

പത്തനാൽപതു വർഷത്തിനു ശേഷവും മാറ്റം കാര്യമായി ഒന്നു മില്ല. തഴച്ച വളർന്ന നെയ്പ്പല്ലും കാഞ്ഞിരക്കുറ്റികളും മരുതും ഉങ്ങും

കൊട്ടമുള്ളം തന്നെ കാലത്തിന്റെ കൗമാരത്തിലേക്ക് കൊണ്ടുപോയോ!

യൗവനത്തിന്റെ സാഹസികതയിൽപെട്ട മുസ്തവും രാഘവേട്ടനും ജോണിക്കുട്ടിയും അവന്റെ പെങ്ങൾ ത്രേസ്യാമ്മയും ചേർന്ന കള്ള കുടിച്ച ഷാപ്പെവിടെ?

അതൊരു പെരുമഴക്കാലമായിരുന്നു.

മുസ്തവിന്റെ വീട്ടിൽ നിന്ന് നടന്നു കവലക്കലെത്തി ബസ്സു കേറി. രാഘവേട്ടനാണ് നേതാവ്.

ജോണിക്കുട്ടീടെ വീട്ടിൽ എത്തിയപ്പോ ത്രേസ്യച്ചേച്ചീടെ ചോദ്യം:

'എങ്ങോട്ടോടാ എല്ലാവന്മാരും കൂടി?'

ജോണിക്കുട്ടി പരുങ്ങി.

മുസ്ത പറഞ്ഞു:

'ഞങ്ങള് ഓടപ്പാറക്കല് കള്ള് കുടിക്കാൻ പൂവ്വാ'

'എന്റെ കർത്താവേ, നിന്റെയൊക്കെ ഒരു ധൈര്യം'

ത്രേസ്യച്ചേച്ചി അകത്തുപോയി ദാവണിയിട്ടു വന്നു.

(എന്തൊരു സുന്ദരിയാ ചേച്ചി)

'ഞാനും ഒണ്ടെടാ'

രാഘവേട്ടൻ ഇടപെട്ടു:

'പോടി, നീയൊന്നും വരണ്ട'

'അയെന്നാ രാഘവേട്ടാ, എനിക്ക് കള്ള് എറങ്ങത്തില്ലേ?'

ത്രേസ്യച്ചേച്ചി മൂന്നു പത്തിന്റെ നോട്ടെടുത്തു വീശി കാട്ടി.

ഷാപ്പിലേക്ക കേറിയപ്പൊ രണ്ടു വയസ്സന്മാർ മാത്രം.

'എടീ നീ ആ മൂലക്കലേക്ക ഇരുന്നോ? നാട്ടുകാര് വല്ലോം പറയും.' രാഘവേട്ടൻ പറഞ്ഞു.

'നാട്ടുകാര് വല്ലോം പറയാൻ തൊടങ്ങീട്ട കാലെത്രയായി രാഘവേട്ടോ?'

ഓടപ്പാറക്കലെ തഴച്ച വളർന്ന നെയ്പ്പല്ലിനിടയിൽ പുല്ലുമേഞ്ഞ കുടിലുപോലെ ബോധില്ലാത്ത ഷാപ്പ്. ചാറ്റൽ മഴയത്തു പച്ചപ്പിനിട യിലെ കുടിൽ ഒന്നാം തരം പെയിന്റിംഗ് പോലെ ഇന്നും മനസ്സിലുണ്ട്.

ഇളകുന്ന ബെഞ്ചിലും അരഭിത്തിയിലും കേറി ഇരുന്നു.

കുമാരേട്ടൻ മൺപാത്രത്തിൽ കള്ള കൊണ്ടുവച്ചു. മണ്ണിന്റെ ഗ്ലാസ്സും.

ഉപ്പേറ്റിയുടെ ഇലയിൽ കപ്പയും കാന്താരി ചമ്മന്തിയും. ഒരു പിഞ്ഞാ ണത്തിൽ മത്തിക്കറിയും.

കുമാരേട്ടൻ സരസനാണ്:

'ത്രേസിയാ മോളെ, നിന്റപ്പൻ വരുംമുമ്പേ പൊയ്ക്കോളണം'

മധുരക്കള്ളം എരിയുന്ന ച്ചടൻ കറിയും കപ്പയും എത്രയോ അകത്തേ ക്ക് കേറി.

ത്രേസ്യാച്ചേച്ചി പാട്ട തുടങ്ങി.

രാഘവേട്ടന് പിടിച്ചില്ല.

'പിള്ളേര് പാടട്ടെ രാഘവാ'

കുമാരേട്ടൻ ഇടപെട്ടു.

മൂപ്പരും പാടി നാടകഗാനങ്ങൾ.

പിന്നപ്പിന്നെ രാഘവേട്ടൻ വിരഹഗാനം പാടി കരഞ്ഞു:

'ഒറ്റ പെണ്ണിനേം വിശ്വസിക്കരെതെടാ'

'അപ്പോ എന്നെയോ'

ത്രേസ്യച്ചേച്ചി ചോദിച്ചു.

'നിന്നെ വിശ്വസിക്കാം, നീ ഞങ്ങടെ പെങ്ങളല്ലേ ചക്കരേ'

കൊട്ടിപ്പാടി പെയ്യുന്ന മഴയിൽ മുസ്ത എണീറ്റ നിന്ന് പ്രസ്താവിച്ചു:

'ഭൂമിയിൽ ഒരു പറുദീസായുണ്ടെങ്കിൽ അത് ഇതാണ്, ഇതാണ്, ഇതാണ്'

'പോടാ നിന്റെ ഒണക്ക സാഹിത്യം.'

രാഘവേട്ടൻ തണുത്തില്ല .

ഉള്ള പൈസ കൊടുത്തു. ബാക്കി രാഘവേട്ടൻ പറ്റിലെഴുതിക്കോ ളാൻ പറഞ്ഞു.

'ബാക്കി ഞാൻ എഴുതി തള്ളി, എന്റെ പിള്ളേരല്ലേ'

കുമാരേട്ടൻ പ്രഖ്യാപിച്ചു.

എല്ലാരും കയ്യടിച്ചു.

ഒറ്റ കുടയേ ഉള്ളൂ, ത്രേസ്യച്ചേച്ചിക്ക മാത്രം.

പറമ്പിൽ വിരിഞ്ഞു നിൽക്കുന്ന ഈഴയച്ചേമ്പിന്റെ ഇല വെട്ടി തന്നു കുമാരേട്ടൻ.

ത്രേസ്യച്ചേച്ചി കുടേല് എന്നെയും കൂട്ടി. അവർ ചേർത്തു പിടിച്ചു.

മുന്നിലും പിന്നിലും ആഘോഷമായി നടക്കുന്നതിനിടയിൽ നിനച്ചിരിക്കാതെ അവരുടെ രണ്ടമ്മ!

ഷോക്കടിച്ച പോലെ നിലച്ചപോയി ഞാൻ.

തിരിച്ചു കൊട്ടക്കാൻ കവിൾ കാട്ടിത്തന്നു.

പേടിച്ച കൊണ്ട് രണ്ടു നണക്കുഴിയിലും ഓരോന്ന് വച്ചു.

ത്രേസ്യച്ചേച്ചിയെ അനുസരിക്കുകയേ വഴിയുള്ളൂ.

ആ ഷാപ്പെവിടെ?

തളിർത്ത നെയ്പ്പല്ല് കാറ്റിൽ പച്ചതിരമാലപോലെ ആടിയുലഞ്ഞു.

ബോധത്തിലേക്ക് നിരാശയോടെ മടങ്ങിയപ്പോൾ ഓർത്തു:

എവിടെ ത്രേസ്യച്ചേച്ചി, എവിടെ ജോണിക്കുട്ടി, രാഘവേട്ടൻ?

മുസ്സ ഇപ്പോൾ വൻധനികനാണ്. ഗൾഫിൽ പലതരം ബിസിനസ്സാണ്. എത്രയോ പേരെ കൊണ്ടു പോയിട്ടുണ്ട്.

തന്നോടും ആദ്യമൊക്കെ ചോദിച്ചിട്ടുണ്ട്,'വരുന്നോ?'

വലിവുകാരിയെ വിട്ട് എങ്ങോട്ടുമില്ല എന്നു പറഞ്ഞു.

മുസ്സവിന്റെ മക്കൾ പല രാജ്യത്താണ്. എന്നിട്ടും അവൻ ഈ ആട്ടപ്പാറയിൽ ...എന്തിനു വരുന്നു. വീട് വയ്ക്കുന്നു?

അവന്റെ രീതികൾ ആർക്കും പിടി കിട്ടില്ല.

ആട്ടപ്പാറയിലേക്ക അഞ്ചെട്ട് കിലോമീറ്റർ കൂടി ഉണ്ടായേക്കും.

വഴിനീളെ കൊടിമരങ്ങൾ, വർണ്ണക്കടലാസ് ചരടിൽ ഒട്ടിച്ച വലിച്ച കെട്ടിയിട്ടുണ്ട്, സിമന്റിൽ ഫോട്ടോ പതിപ്പിച്ച രക്തസാക്ഷി മണ്ഡപങ്ങൾ.

പണ്ടേ ഇതൊക്കെ ഇങ്ങനത്തന്നെ.

കാറ്റിൽ ചരടുപൊട്ടിയ വർണ്ണകടലാസുകൾ ആടിക്കളിച്ചു ചെളിയിൽ വീണു കിടക്കുന്നു.

കൊടിക്കൂറ കാറ്റിൽ പിടഞ്ഞുകൊണ്ടിരുന്നു.

ചുള്ളിയാട് കയറ്റത്തിൽ ഒരു വയസ്സൻകാഞ്ഞിരമുണ്ട്. റോഡിന്റെ മറുവശത്ത് ആലം എന്നു പറയുന്ന മരവും .അതിന്റെ ഉരുണ്ട കായ കൊണ്ട് പന്തു കളിച്ച ഓർമ്മ.

ഉരല്യുണ്ടാക്കുന്ന മരമാണത്.

അത് മുളക്കുന്നിടത്തു ഭൂമിക്കടിയിൽ വെള്ളം കിട്ടുമത്രേ.

രണ്ടു മരങ്ങളും അവിടെ തന്നെയുണ്ട്.

                    കാഞ്ഞിര കഥകൾ

നാട്ടുകാർക്ക് സൗജന്യമായി സംഭാരം കൊട്ടക്കാറുള്ള, കുളിച്ചു കുറി യിട്ടു വേദാന്തം പറയുന്ന ഒരു അരപ്രാന്തൻ നായനാരുണ്ടായിരുന്നു. അയാളുടെ ഇരിപ്പിടമായ കരിങ്കല്ലും അവിടെയുണ്ട്.

ആൾ ഇരിപ്പിൽതന്നെ അവിടെ മരിച്ചു എന്നു കേട്ടിരുന്നു.

പുതിയ ഓർമ്മകളെ തടയാൻ പഴയ ചില ഓർമ്മകളെ കൂട്ടു പിടി ച്ചതാണ്.

ഇവിടെ ഒന്നു നിർത്താം.

വണ്ടി ഒതുക്കിയിട്ട് നായനാരുടെ കല്ലിൽ ഇരുന്നപ്പോൾ വല്ലാത്ത ഒരു ഭീതി.

ആകാശം ഇരുളുന്നുണ്ട്. പക്ഷെ പിടിച്ചുവച്ചപോലെ അവിടെ ഇരുന്നു പോയി.

അന്ന് മുസ്തവിന്റെ വീട്ടിലേക്കു പോയത് ബസ്സിലാണ്. നാലു ബസ്സി നുള്ള ആൾക്കാരുണ്ടായിരുന്നു അതിൽ.

തനിക്കു സീറ്റ് കിട്ടിയിരുന്നു.

ബസ്സു കിതച്ചു കയറ്റം കേറുമ്പോഴും ചവിട്ടി നിർത്തുമ്പോഴും ആടിയു ലയുന്ന യാത്രക്കാർ അലോസരപ്പെട്ടില്ല.

ചിരിച്ചും വർത്തമാനം പറഞ്ഞും ഡ്രൈവറോട് കുശലം പറഞ്ഞും അങ്ങനെ. ഇരിക്കുന്നവർ ബീഡി വലിക്കുകയും ചെയ്യുന്നുണ്ട്.

ആ നാട്ടിലേക്ക് പോവുന്ന ബസ്സിൽ യാത്രക്കാരെക്കാൾ പ്രാധാന്യം ചരക്കു സാമാനങ്ങൾക്കാണെന്നു തോന്നും.

ചാക്കുകെട്ടുകൾ, പണിയായുധങ്ങൾ, വാഴക്കുല, റബ്ബർ ഷീറ്റ്, കോഴി അങ്ങനെ പലതും. അവയ്ക്കിടയിൽ യാത്രക്കാരും.

തന്റെ സീറ്റിൽ ഒപ്പമുള്ള സുന്ദരനായ ചെറുപ്പക്കാരനെ കണ്ടാലറി യാം ദുബായിക്കാരൻ ആണെന്ന്. മടിയിൽ ഒരു ഇണി സഞ്ചി. വെള്ള പാന്റും പച്ച ഷർട്ടും. വീതിയുള്ള ബെൽറ്റ്.

ഒരു വമ്പൻ വാച്ചും. അയാൾ ഉറക്കം തന്നെ ഉറക്കം.

ഇടയ്ക്കിടക്ക് കമ്പിയിൽ തലയിടിക്കും.

രണ്ടു മൂന്നു വട്ടം തന്റെ ചുമലിൽ വീണു.

സോറി പറഞ്ഞു.

പിന്നെ അയാൾ ഉണർന്നു. കൂളിംഗ് ഗ്ലാസ് അഴിച്ചു പോക്കറ്റിൽ ഇട്ടു.

തന്നോട് ചിരിച്ചു. ആ ചിരിയിൽ തനിക്കയാളോട്ടുള്ള ദേഷ്യം ഒക്കെ മാറി.

'ഇങ്ങള് എങ്ങോട്ടാ'

'ആട്ടപ്പാറക്ക'

'ആട ആരെട്ടത്തേക്ക?'

'മുസ്തഫെന്റെ വീട്ടിലേക്ക്'

'മുസ്തുക്കാന്റെ ആരാ'

'ചങ്ങാതിയാ'

അയാൾ കൈ നീട്ടി.

കൈകൊട്ടത്തു.

'ഞാൻ മുസ്തുക്കാന്റെ എളാപ്പെന്റെ മോനാ. ലത്തീഫ്.

ഞാൻ ഗൾഫിലായിനി. മുസ്തുക്ക കൊണ്ടോയതാ.

ആറു മാസത്തേ ലീവിൽ വന്നതാ. പറ്റിയാ പെണ്ണ് കെട്ടണന്നുണ്ട്.

വാപ്പയ്ക്ക് തൊണ്ടക്ക കാൻസറാ.

എളെ ചെക്കൻ മന്ദബുദ്ധിയാ.

ഉമ്മെനെകൊണ്ട് ആവ്വല ഓനെ നോക്കാൻ.'

അല്പനേരം കൊണ്ട് ലത്തീഫ് തന്റെ അനിയനായി.

അവന്റെ അത്തറിന്റെ മണം തന്നെയും പൊതിഞ്ഞു.

'വാപ്പയ്ക്ക് ഒരു പാട് ചികിത്സ ചെയ്ത.

ഒന്നും ഇറങ്ങൂല, കണ്ടാൽ സഹിക്കൂല. ഇപ്പോ വയനാട്ടിൽ ഒരു ആദിവാസി വൈദ്യനെ കാണാൻ പോയതാ. രാത്രി മുഴുവൻ ബസ്സി ലായിനി. ഒറങ്ങീലാ .

ആകെ സഹായം മുസ്തുക്കയാ.

ഇങ്ങള് രണ്ടീസം ഇണ്ടാവ്വലെ.

മരുന്ന് കൊട്ടത്തിറ്റ് ഞാൻ വെരും.'

പെട്ടെന്നാണ് ബസ് നിന്നത്.

മുമ്പിൽ റോഡിൽ കുറുകെ ഒരു ജീപ്പുണ്ട്.

മൂന്നു നാലു പേർ ചാടി ഇറങ്ങി ബസ്സിന്റെ ഡോറിൽ ഇടിക്കുകയാണ്. ലുങ്കിയും ഷർട്ടുമിട്ട് മുഖം ടവൽ കൊണ്ട് മൂടിക്കെട്ടിയിട്ടുണ്ട്.

ആൾക്കാരെ തള്ളിമാറ്റി ആരെയോ അവർ തപ്പുകയാണ്.

     കാഞ്ഞിര കഥകൾ

പേടിച്ച ചിലർ നിലവിളി തുടങ്ങി, എന്താ ഏതാ എന്നൊക്കെ മട്ടിൽ അങ്ങോട്ടുമിങ്ങോട്ടും നോക്കി.

യാത്രക്കാരിൽ ഒരാൾ പിറകിലത്തെ രണ്ടാമത്തെ സീറ്റിൽ നിന്ന് എണീറ്റ് നിന്നു. അയാളും ടവൽ കൊണ്ട് മുഖം മൂടി:

'ഓൻ തന്നെ ,ആ പച്ച ഷർട്ട് ,നടുക്കിലത്തെ സീറ്റ്'

അപ്പോഴേക്കും അവർ രണ്ട പേർ ഞങ്ങളുടെ സീറ്റിലെത്തി.

'ഇവ്ട ഇണ്ട്ര നായിന്റെ മോൻ'

അവർ ലത്തീഫിന്റെ കോളറിൽ പിടിച്ചവലിച്ച കൊണ്ടുപോയി.

അവൻ ആർത്തു നിലവിളിക്കുകയാണ്:

'ഞാനൊന്നും ചെയ്തീല.

വാപ്പയ്ക്ക് മരുന്ന് വാങ്ങാൻ പോയത. എന്നെ ഒന്നും ചെയ്യല്ലേ.'

കൂടെ നിലവിളിക്കുന്നവരുടെ ഇടയിലൂടെ അവനെ തള്ളി പുറത്തിട്ടു.

തെറിച്ച വീണ കുപ്പി പൊട്ടി മരുന്നൊഴുകി.

അവരവനെ പൊക്കിയെടുത്തു.

അവൻ വിലപിച്ച കൊണ്ട് കുതറിയോടാൻ ശ്രമിച്ചു.

അതിനിടെ ബസ്സിൽ നിന്നിറങ്ങിയ ആൾക്കാർക്ക മുന്നിൽ അക്രമി സംഘം എറിഞ്ഞ ബോംബ് പൊട്ടിച്ചിതറി. ആളുകൾ നാല ഭാഗത്തും ചിതറിയോടി.

ഒച്ചയിലും പുകയിലും ആൾക്കൂട്ടം വിരണ്ടോടിയപ്പോൾ ലത്തീഫ് അക്രമികൾക്കിടയിൽ ഒറ്റപ്പെട്ടിരുന്നു. ലത്തീഫിനെ അവർ വലിച്ചിഴച്ചു.

അട്ടഹസിച്ചുകൊണ്ട് അക്കൂട്ടം പറയുന്നതൊന്നും വ്യക്തമല്ല.

ലത്തീഫിന്റെ വായയോട്ട ചേർത്ത് വടിവാൾ വച്ചതുകാണാം.

അവന്റെ കൈകൾ രണ്ടുപേർ പിറകിൽ ചേർത്തുപിടിച്ചിട്ടുണ്ട്.

വടിവാളുകാരൻ പിന്നോട്ട നീങ്ങി കഴുത്തിന നേരെ ഓങ്ങി.

അതിനടുത്തേക്ക് മറ്റൊരുത്തൻ ഓടിയടുക്കുന്നുണ്ട്, എന്തോ വിളിച്ച പറയുന്നുണ്ട്.

ആ നിമിഷങ്ങൾക്കിടയിൽ വടിവാൾ ആഞ്ഞു വീശപ്പെട്ടു.

ലത്തീഫിന്റെ തല ഉരുളുന്നതും കണ്ഠത്തിൽ രക്തം ചീറ്റുന്നതും ഉടൽ താഴെ ഉലഞ്ഞുവീഴുന്നതും പിടയുന്നതുമെല്ലാം നിശ്ചലദൃശ്യം പോലെ തെളിഞ്ഞു കാണാം.

ഓടിയടുത്തവൻ പറയുന്നതും കേട്ടു.

'ഓനല്ല ആള്'

'ന്നാ പിന്നെ നേരത്തെ പറയണ്ടേ കുരിപ്പേ'

അവന നേരെ മറ്റൊരുത്തൻ അമറി.

അന്നേരത്ത് ഒരു ബൈക്ക് വന്നു നിന്നു. അതിൽനിന്നു തടിച്ച കുറുകിയ ഒരാൾ ഇറങ്ങി.

എണ്ണതേച്ച പറ്റിച്ച ചീകിയ മുടി. പരത്തിയുടുത്ത മുണ്ട്. ചുരുട്ടിക്കയറ്റിയ വെള്ള ഷർട്ട്. കട്ടി മീശ. വലതു കൈത്തണ്ടയിൽ വാച്ച്.

അക്രമികൾ ഭവ്യതയോടെ എതിരേൽക്കുന്ന പ്രകൃതം.

അയാളുടെ ആംഗ്യപ്രകാരം ബസ്സിൽ ആളെ ച്ചൂണ്ടിക്കൊടുത്തവനെ വിളിപ്പിച്ചു.

അവൻ അടുത്തു ചെന്ന് വിരണ്ടു നിന്നു. മുണ്ടു പൊക്കി ട്രൗസറിന്റെ പോക്കറ്റിൽ നിന്ന് കീറിയ പേഴ്സ് എടുത്തു. അതിൽ നിന്ന് ഒരു ഫോട്ടോ എടുത്ത് തടിച്ച ആഗതന് കൈമാറി.

അയാൾ രോമാവൃതമായ കൈത്തണ്ട കൊണ്ട് മുഖം തുടച്ച് തെറിച്ച വീണ തലമുടികിലെത്തി. കാല്യകൊണ്ടു മറിച്ചിട്ടു. മുഖം ഫോട്ടോയുമായി ഒത്തുനോക്കി.

തിരിച്ചവന്ന് രൂക്ഷഭാവത്തോടെ ഫോട്ടോ കൈമാറിയവന്റെ മുഖത്തേക്ക് അത് ചുരട്ടിയെറിഞ്ഞു.

അയാൾ ബൈക്കോടിച്ചു പോയി.

എല്ലാവരും ജീപ്പിൽ കേറി.

സംഘത്തിലെ മറ്റെല്ലാവരുടെയും ക്രൂദ്ധത കണ്ട് വിരണ്ട ആളെ ച്ചൂണ്ടിയവനും ആലത്തിന്റെ ഇല പറിച്, ചോര തുടച്ച്, ചെരിപ്പും തുടച്ച് അതേ ജീപ്പിൽ കേറി.

ഇരമ്പിച്ച കൊണ്ട് ജീപ്പ് എങ്ങോ പറന്നു.

അന്ന് മുസ്ല്ലുന്റെ വീട്ടിൽ പോയില്ല. അവിടെ നിന്ന് മറ്റൊരു ബസ്സിൽ മറ്റൊരു വഴിയെ മടങ്ങി.

പിറ്റേന്നത്തെ പത്രത്തിൽ വായിച്ചു:

'യ്യുവാവിനെ വെട്ടിക്കൊന്നു, ആള് മാറി കൊലപാതകമെന്ന് പോലീസ്'

മറ്റൊന്നും വായിച്ചില്ല.

കാഞ്ഞിരച്ചോട്ടിലെ തല ഉരുണ്ടു വന്നു തട്ടി നിന്ന കല്ല് അവിടെയു
ണ്ട് - ശിക്ഷയേറ്റവാങ്ങിയ ഒരു നിരപരാധിയുടെ സ്മാരകമായി.

കാർ ഇവിടെ നിന്ന് തിരിച്ചാലോ?

വേണ്ട, മുസ്തുനെ കാണണം.

ആഡംബര വീട്ടുമുറ്റത്ത് അവൻ കാത്തിരിക്കുന്നുണ്ട്.

കണ്ടപ്പോഴേ എണീറ്റു വന്നു.

വേച്ചവേച്ചാണ് നടപ്പ്. മുഖത്തിന് ഒരു കോടല്യണ്ട്. നാക്കിനു
കുഴച്ചില്ലും.

'നീ വന്നു അല്ലേ. യാത്രപോകണം'

'എങ്ങോട്ട്?'

'എങ്ങോട്ടെങ്കില്ും'

'പോകാം'

**

ചിരുകണ്ടന്റെ ന്യായങ്ങൾ

ഞായറാഴ്ചയായിരുന്ന അന്ന്, പകൽ പത്തര. ക്ലറ്റൻ ബ്രേക്ക് ഫാസ്റ്റിന്റെ ആലസ്യത്തിൽ ഈസി ചെയറിൽ ഇരുന്ന് തെരുവുനായ അക്രമ പരമ്പര വായിച്ചു കൊണ്ടിരിക്കെ പാൽക്കാരനോ പത്രക്കാരനോ തുറന്നിട്ട ഗേറ്റിലൂടെ ശങ്ക കൂടാതെ ഒരു ചെമ്മണ്ണ് നിറമുള്ള നായ അതിവേഗം അകത്തേക്ക് കടന്നുവന്നു. ഒന്ന അന്ധാളിച്ചെങ്കിലും, എന്താ, എന്നാ, മട്ടിൽ നോക്കി കാലു മുകളിലേക്ക് കയറ്റി വച്ചു.

ശ്വാനൻ പൊത്തോ എന്ന് മുറ്റത്തു കിടന്നു.

ഞങ്ങൾ പരസ്പരം നോക്കി. അവനു കിതപ്പുണ്ട്, ക്ഷീണമുണ്ട്. നോട്ടത്തിൽ ദൈന്യതയുണ്ട്, പക്ഷെ ആർദ്രതയും ശാന്തതയുമുണ്ട്, കരുണയുണ്ട്, ആത്മവിശ്വാസമുണ്ട്.

കുറച്ച നേരം പരസ്പരം നോക്കിയപ്പോൾ മഹത്തുക്കൾ തമ്മിൽ ഭാഷ കൈമാറ്റം ചെയ്യപ്പെട്ടും എന്ന സത്യം തെളിയാൻ തുടങ്ങി.

ഈശ്വരാ എന്റെ മഹത്വം തിരിച്ചറിയാൻ ഒരു തെരുവ് നായ വേണ്ടി വന്നല്ലോ?

അവനും അങ്ങനെ തോന്നിയ പോലെ. അവൻ തെരുവുനായ്ക്കളിലെ മിതവാദി നേതാവാണത്രേ. പേര് ചിരുകണ്ടൻ.

പേര് കേട്ടിട്ട് കണ്ണൂരോ കാസർക്കോടോ ആണെന്നു സംശയിച്ചതി നാൽ അക്കാര്യം തിരക്കി.

അതവന് - അയാൾക്ക് - പിടിച്ചില്ല. നേതാവല്ലെ.

'ഞങ്ങൾ തെരുവിന്റെ മക്കളാണ്. പൂർവാശ്രമം ചോദിക്കരുത്.'

'അതിരിക്കട്ടെ, എന്താ ആഗമനോദ്ദേശ്യം?'

'ഞാൻ തെരുവ്നായകളുടെ രക്ഷ,മാന്യത,അവകാശം മുതലായ കാര്യങ്ങൾക്കായി കാസർക്കോട് മുതൽ കന്യാകുമാരിവരെ ഓട്ടം നടത്തുകയാണ്. പലരും കുഴഞ്ഞ, ചിലരെ എബിസിക്കാർ പിടിച്ച അകത്താക്കി. ഇന്ന് ഓട്ടമില്ല, വീട്ടുകയറി പ്രചാരണമാണ്.'

'അപ്പോ ഇവിടെ?'

'അതോ, എനിക്ക് കുറച്ച മനുഷ്യപ്പറ്റും നിങ്ങൾക്ക് കുറച്ച നായപ്പറ്റും ഉണ്ടല്ലോ. അപ്പോ ലാംഗ്വേജ് പ്രോബ്ലം ഉണ്ടാവില്ല'

'കുടിക്കാൻ എന്താ വേണ്ടേ?'

'ഇന്ന് നിരാഹാരമാണ്. മനഃശുദ്ധിക്ക്.'

'ഓഹോ, വൈന്നേരാച്ചാൽ പാലോ റമ്മോ ഒക്കെ തരാർന്നു.'

'ഛെ, ഞങ്ങളാരും മദ്യപിക്കില്ല.'

ചമ്മൽ പുറത്തു കാട്ടാതെ ഞാൻ ഞെളിഞ്ഞിരുന്നു.

'അപ്പോ ചിരുണ്ടാ, നിങ്ങൾക്ക് എന്തവകാശാ വേണ്ടേ?'

'നായ്ക്കൾക്കിടയിൽ നിങ്ങൾ സ്ഥാപിച്ച ബ്രാഹ്മണ്യം നിർത്തലാ ക്കണം.

ഈ നാടിന്റെ മുക്കും മൂലയും ഒളിസങ്കേതങ്ങളും ഒക്കെ അറിയുന്ന ഞങ്ങൾ വെറും തെരുവ്പട്ടികൾ.

വാല്യമുറിയന്മാരും, പൂടവർഗങ്ങളും വായ പൂട്ടാനാവാത്ത കൂട്ടരും മൊയ്‌ലാളിയെ തന്നെ തിന്നുന്ന വർഗ ങ്ങളും ചുരുട്ടിയിട്ട നനഞ്ഞ തുണിപോലെ ഇരിക്കുന്ന വർഗവും പെരുച്ചാഴീടത്രയും പോന്നവരും ഒക്കെ നിങ്ങൾ വൻ പണം കൊടുത്തു വാങ്ങി സമൃദ്ധമായി ഊട്ടിയും കൂടെ ഉറക്കിയും മോനെ മോളെന്നൊക്കെ വിളിച്ചും നടക്കുന്നില്ലേ? അതാദ്യം ഒന്നു ആലോചിക്കു. നാട്ടുകാരായ ഞങ്ങൾ തെരുവ്നായ്ക്ക ളല്ലേ?'

'അതിപ്പും ചിരുണ്ടാ നിങ്ങളെ കാണാൻ ഭംഗീണ്ടോ, കടി വീരന്മാര ല്ലേ?'

'അത് ശരി, നിങ്ങളെക്കാൾ ഭംഗിയുള്ളവർ വന്നാൽ നിങ്ങൾ തെരുവിൽ ഇറങ്ങുമോ?

ചില എമ്പോക്കികൾ കടിയന്മാരും കുഴപ്പക്കാരും ഉണ്ടാവാം. അവരെ ജയിലിൽ അടക്കണം. നിങ്ങളെ പോലെ അക്രമകാരികളാണോ

ഞങ്ങൾ. കയ്യോ കാലോ തലയോ വെട്ടുന്ന ക്വട്ടേഷൻ എട്ടക്കുന്നോ രാണോ?

ഭാര്യേം അമ്മേം കാമുകീനേം കത്തിക്കുന്നൊരല്ല ഞങ്ങൾ.

എത്രകാലമായി നിങ്ങളെ സ്നേഹിച്ച വാലാട്ടി എച്ചിലും തിന്ന കാവലും വേട്ടയും നടത്തി കഴിയുന്നു. ഇപ്പോ ഞങ്ങടെ ഉന്മൂലനത്തിനു മുറവിളി അല്ലേ?

'കള്ളൻ നായ്ക്കളമില്ലേ ചിത്രുണ്ടാ?'

'ഞങ്ങള് വിശപ്പ് സഹിക്കാൻ പറ്റാഞ്ഞിട്ട വല്ലോം കട്ട കാണും.

വിശപ്പ് കൊണ്ട് അര കിലോ അരിയും അമ്പത് ഗ്രാം മുളക് പൊടീം എട്ടുത്ത ജീവനുള്ള അസ്ഥിക്കടത്തെ തച്ചുകൊന്ന നിങ്ങളെക്കാൾ ഞങ്ങളാ ഭേദം.

ഞങ്ങടെ കൂട്ടായ്മ കണ്ടിട്ടില്ലേ? ചെന്നായേടെ വർഗം എന്നൊക്കെ വിളിക്കുമ്പോ ഒന്നോർക്കണം.

നിങ്ങളുടെയൊക്കെ പിതാമഹന്മാർ പിറന്ന പടിയല്ലെ ജീവിച്ചിര ന്നത്. അന്നും ഞങ്ങൾ കൂടെ നടന്നില്ലേ?

മൃഗത്തെ പിടിക്കാനും ആനയെ ഓടിക്കാനും നിന്നില്ലേ? ഇപ്പോ ബോംബ് മണക്കാനും തീവ്രവാദിയെ പിടിക്കാനും സ്ക്കേട് മണപ്പിച്ച പിടിക്കാനും ഞങ്ങൾ വേണം.

പട്ടിണി കൊണ്ടാ ഈ നെട്ടോട്ടം. ന്യായവില ഷോപ്പിൽ ആഴ്ചക്ക ഓരോ ചാക്ക് അരി ഞങ്ങൾക്ക് തന്നൂടെ, വല്ല കോഴിക്കാല്യമിട്ട ഒന്ന പുഴങ്ങി തന്നൂടെ.

നിങ്ങളീ പൂട വർഗത്തെ കുളിപ്പിച്ചും മുടികെട്ടിയും സ്പായും കീയും നഖംമുറീം വാല്യമുറിയുമൊക്കെയായി എത്ര ചെലവാക്കുന്നു. നിങ്ങ ക്കില്ലാത്ത എന്തൊക്കെ കഴിവുകൾ ഞങ്ങൾക്കുണ്ട്.

ഒരു കില്ല പട്ടിയെ ഓടി തോൽപ്പിക്കാൻ നിങ്ങടെ ഒളിമ്പിക്സ് കേമന് പറ്റമോ? എത്ര പ്രകൃതി വിപത്തുകൾ ഞങ്ങൾ നേരത്തെ അറിയിച്ചിട്ടുണ്ട്?'

'പേരോഗത്തിന്റെ കാര്യമോ നേതാവേ'

'പേരോഗം ഞങ്ങളുണ്ടാക്കിയതാ? കുറുക്കനും കീരിയും സകല പെറ്റ പാല്ലൂട്ടുന്ന ജീവികളേം കൊല്ലേണ്ടേ? ഞങ്ങളെ കൊന്നോള്ള, പകരം വരുന്നതാരാന്നു നോക്കിക്കോ.'

    കാഞ്ഞിര കഥകൾ

'നാല്യം ചിത്രുണ്ടാ പെറ്റ പെരുകി നിങ്ങളിങ്ങനെ'

'നിങ്ങള്ക്ക് പേറിൽ ഒന്നല്ലേ, എന്നിട്ട ജനസംഖ്യ കുറഞ്ഞോ? എല്ലാരും സന്താന നിയന്ത്രണം നടത്തിയോ? മ്മളൊക്കെ ഭ്രമീടെ അവകാശികളല്ലേ. അശ്സേഷ്യന്റെ പത്തിലൊരു കുട്ടി പാല് കുടിച്ചി ല്ലേല് എന്ത് ബേജാറാ അല്ലേ? ചത്താൽ പോവുന്നത് കാശല്ലേ?'

'നാല്യം നിങ്ങളുടെ ഈ പരസ്യ വേഷ?'

'അത് ശരി, പരസ്യമായതോണ്ട് അല്ലേ? ഞങ്ങൾ നിങ്ങളെ പോലെ രഹസ്യമുള്ളോരല്ല. സദാ ഈ ഒറ്റ വിചാരോം അല്ല. വല്ലപ്പോഴും തരായ തന്നെ ഇണ്ണേടെ കടി കിട്ടാതെ ചെക്കന്മാരുടെ ഏറ്റ കൊള്ളാതെ രക്ഷപ്പെടുന്ന കാര്യം!

ഞങ്ങളാരും പിഞ്ചു കുഞ്ഞുങ്ങളോട്ടും പട്ട വൃദ്ധകളോട്ടും രോഗികളോട്ടും ഒന്നും ഈ പണിക്ക പോകാറില്ല'

'ചിത്രുണ്ടാ ഇന്നോടാവ്വല്ലേ! ഇനി എന്താ പരിപാടി.'

'ഓടി തിരുവന്തരത്ത എത്താൻ കൂടിയാൽ നിരാഹാരം കിടന്ന മരിക്കും.'

'അങ്ങനെ ഒന്നും പറയല്ലേ. ഈ വിവരങ്ങൾ ഫേസ് ബുക്കിൽ ഉടനെ ഇടാം.'

ചിത്രുകണ്ടൻ എണീറ്റ് ഒന്ന കുടഞ്ഞു. മേലാകെ മുറിവിന്റെ പാട്ടകൾ. ഒക്കെ ഏറിന്റെ പാടാ.

'ഞങ്ങൾക്ക് തിന്നാനും പ്രതിരോധത്തിനും എല്ലാത്തിനും ഈ രണ്ട കോമ്പല്ലും പറപറാന്നുള്ള കുരയും മാത്രം. എന്നും ഒളിമ്പിക്സും'

അയാൾ തുറന്ന ഗേറ്റിലൂടെ രണ്ട ഭാഗവും നോക്കി ഓടാൻ തുടങ്ങി.

**

നേർക്കാഴ്ച

എങ്ങനെയോ ഉറക്കത്തിൽ വീണതായിരുന്ന ഉണ്ണി. തൊണ്ടവര ണ്ടുണങ്ങി മയക്കം മുറിഞ്ഞ് ചാടിയെണീറ്റ.

'കലെ, കലേ...'

'മെല്ലെ വിളി..മോൾ ഉണരണ്ട.'

'ഓ, സോറി. വല്ലാത്ത ദാഹം'

'എന്തപറ്റി ഉണ്ണിയേട്ടാ?'

കല ബെഡ് സ്വിച്ച് ഇട്ടു.

'എന്താ കലേ ഇത്? നീ രാത്രിയില്ലം യോഗാസനത്തിലാ. ഈ ശീർഷാ സനമൊക്കെ എപ്പോഴും ചെയ്യാമോ?'

'ഏ.. എന്താ ഉണ്ണിയേട്ടാ ഈ പറയുന്നത്?'

അയാളൊന്ന് പതറി. സ്വബോധത്തിന്റെ തിരി മെല്ലെ തെളിഞ്ഞു. കുറേ നാളായില്ലേ, ഈ ഉറക്കമിളക്കലും വിശ്രമമില്ലാത്ത വായനയും തയ്യാ റെട്ടപ്പം. കുറേ വെള്ളം കുടുകുടാന്ന കുടിച്ച് ഉണ്ണിനാരായണൻ ബെഡിൽ ഇരുന്നു. ഉണ്ണിക്ക് എന്തോ പറ്റിയിട്ടുണ്ട്. ഒക്കെയും തല തിരിഞ്ഞാണ്. അയാളുടെ കാഴ്ചയിൽ നിലത്തു നിന്ന് മുകളിലേക്കാണ് ഫാനിന്റെ കറക്കം. അതിൽ കൈ തട്ടുമോ എന്ന ഭയം കൊണ്ട് അയാൾ ചുരുണ്ടു കിടന്നു.

'കലേ, നാളെ ഞാൻ എങ്ങനെ ഇന്റർവ്യൂവിന പോകും.'

'ഒന്നുമില്ല ഉണ്ണിയേട്ടാ, ഒന്നറങ്ങി എണീറ്റാൽ നേരെയാവും.'

കല ചേർന്നു കിടന്നു നെറ്റിയിൽ തലോടി, ഉമ്മ വച്ചു. ഉണ്ണി മയക്കത്തി ലൂടെ പിറകോട്ട പാഞ്ഞു. വാര്യര് മാഷെന്ന ശേഖരവാര്യർ എന്ന തന്റെ അച്ഛൻ പറഞ്ഞത് -

മോനെ, നീ ആകാവുന്നത്ര ഉയർന്ന പഠിക്കണമെന്നായിരുന്നു. അമ്പ ലപടച്ചോറു തിന്ന് ഞാൻ മാഷായി. നിനയ്ക്ക് ഞാൻ സകല സൗകര്യവും തന്നിട്ടുണ്ട്. നിന്റെ റാങ്കും മിടുക്കും എന്റെ അഭിമാനം തന്നെ. പോരാ, നീ ഇനിയുമിനിയും.

വാര്യർ മാഷ് തുടർന്നു കൊണ്ടേയിരുന്നു. സർക്കാർ കോളേജിൽ ജോലി കിട്ടി രണ്ടു മാസം കഴിഞ്ഞപ്പോ ആഗ്രഹങ്ങൾ മൊത്തം തന്നെ ഏല്പിച്ച് വാര്യർ മാഷ് അല്ല അച്ഛൻ പോയി. പി എച്ച് ഡി യും പ്രബന്ധങ്ങളും സെമിനാറും വിദേശയാത്രുകളും ഒന്നും കാണാൻ അച്ഛന് യോഗമുണ്ടാ യില്ല. അച്ഛന്റെ ആഗ്രഹങ്ങൾ കലയെ ഏല്പിച്ച് അമ്മയും പോയി. പാവം കല. അവൾ തന്റെ ഇഷ്ടത്തിന് പി ജി കഴിഞ്ഞ് ഒരു സ്കൂളിൽ ജോലി ചെയ്യുന്നു. എത്രയും സ്നേഹമുള്ള ഭാര്യ. രണ്ടാം ക്ലാസ്സിൽ പഠിക്കുന്ന മിടു ക്കിയായ മോള് ആര്യ. പക്ഷെ അച്ഛന്റെ മോഹം, അസ്സോസിയേറ്റ് പ്രൊഫസ്സറാവാനായിരുന്നു. തന്നെക്കാൾ യോഗ്യതയുള്ള കാൻഡ ഡേറ്റ്സ് അധികമുണ്ടാവില്ല. എന്നാലും പ്രിപ്പറേഷൻ കുറച്ച് കൂടാ. ഒക്കെയും ഒ.കെ.യാണ്. ഉറങ്ങിയുണർന്നപ്പോഴും മാറ്റമില്ല, കാഴ്ചകൾ തല കുത്തനെ. കാലത്തു തന്നെ ഉണ്ണിക്കു കരച്ചിൽ വന്നു.

'കലേ, ഞാൻ എങ്ങനെ ഇന്റർവ്യൂവിനു പോകും?'

'സാരമില്ല ഉണ്ണിയേട്ടാ, നമുക്ക് ഇത്രയൊക്കെ മതി. ആദ്യം ആശുപത്രീല് പോകാം. എന്നിട്ട് മതി.'

ഉണ്ണി നാരായണൻ കലയെ രൂക്ഷമായി നോക്കി.

'എന്നാൽ ഒരു ടാക്സിയിൽ പോകാം. മോളെ സ്കൂളിൽ വിട്ടു 11മണിക്ക് എത്താം. ഡ്രൈവ് ചെയ്യണ്ട.'

പാന്റ്സ് കൈകളിൽ ധരിക്കുന്നതു കണ്ട് മോൾ കൈകൊട്ടി ചിരിച്ചു.

'മോളെ നീ ഇങ്ങനെ തല കുത്തി നടക്കല്ലേ.'

വീണ്ടും ചിരി. വിവശനായ ഉണ്ണിയെ കല ഒരുക്കിയെടുത്തു. ബ്രേക്ക് ഫാസ്റ്റ് കഴിച്ചെന്നു വരുത്തി. മോളെ സ്കൂളിൽ വിട്ടു. അവൾ തലകു ത്തിപോകുന്നത് കാണാൻ വയ്യാതെ കണ്ണടച്ചു. അടഞ്ഞ കണ്ണില്ലൂടെ തന്റെ ഉള്ളം ഉണ്ണി കണ്ടു. രണ്ടു ബ്ലോക്കുള്ള ഹൃദയം ആഞ്ഞു മിടിക്കുന്നു. വാർധക്യം ബാധിച്ചപോലെ കരളും മറ്റ ആന്തരിക അവയവങ്ങളും, ഉത്സാഹമില്ലാത്ത പോലെ. കേരളം എന്നു കേട്ട പോലെ സിരകളിൽ ചോര തിളക്കുന്നതു കാണാം. കണ്ണു തുറന്നപ്പോൾ ഇന്റർവ്യൂ ബോർഡിനു മുന്നിലെത്തി. എല്ലാവരും തല കീഴോട്ടായി ഇരിക്കുന്നു. സമസ്ത ചോദ്യ ങ്ങൾക്കും മണിമണി പോലെ ഉത്തരം പറഞ്ഞു. സകലരും പ്രസാദിച്ചു.

"എക്സലന്റ് ഉണ്ണി"

പ്രധാനി തനിക്കു നേരെ കാൽ നീട്ടി.

'എന്തിനാണ് സർ, എന്നെക്കൊണ്ട് കാലു പിടിപ്പിക്കുന്നത്?'

'കാലോ, തന്നെ അഭിനന്ദിക്കാൻ കൈ തന്നതല്ലേ?'

'സോറി സർ'

നേരെ വീട്ടിൽ ചെന്നു കിടന്നതാണ്. കരഞ്ഞുകൊണ്ട് കലയും മോളും കൂടെയുണ്ട്. ആരും ഒന്നും കഴിച്ചില്ല. രണ്ടു ദിവസം കഴിഞ്ഞപ്പോൾ ദേവദാസ് മാഷ് വിളിച്ചു. കല ഫോൺ എടുത്തു. തേങ്ങിക്കൊണ്ട് ഉണ്ണി നാരായണനു കൊടുത്തു.

'ഉണ്ണീ, തനിക്കവർ തന്നില്ലെടോ, ഏറ്റവും മെറിറ്റ് കുറഞ്ഞയാൾക്കാ കിട്ടീത് !'

ഉണ്ണി ചാടിയെണീറ്റ് കണ്ണു തിരുമ്മി.

'കലേ, എന്റെ കാഴ്ച ശരിയായി. ഉൾക്കാഴ്ചയും.'

'ഹാവൂ. പേടിപ്പിച്ച കളഞ്ഞല്ലോ ഉണ്ണിയേട്ടാ.'

'മോളിന്ന സ്കൂളിൽ പോകണ്ട,നീയും. ഉച്ചയ്ക്കൊരു ഹോട്ടൽ ഭക്ഷണം. മോളെ സർക്കസ്സിനും കൊണ്ടു പോകണം.'

**

അണ്ണാറക്കണ്ണനും

കാലത്തെ കാർഷെഡ്ഡിൽ കിടന്ന പത്രമെടുക്കാൻ പോയ എന്നെ നോക്കി ഗേറ്റിന്റെ മോളിൽ വാലാട്ടി കൊണ്ട് ഒരു അണ്ണാറക്കണ്ണൻ : 'ച്ചളി ..ച്ചളി..' ആ ഒച്ച കേട്ടപ്പോൾ ഞാൻ കരുതിയത്, ശേഷം അവനങ്ങു പോകുമെന്നായിരുന്നു.

എന്നാലതു സംഭവിച്ചില്ല. പത്രം നിവർത്തിയയും പിന്നെയും ആ ഒച്ച: 'ച്ചളി..ച്ചളി..' ഏയ് ചെളിയൊന്നും ഇല്ലല്ലോ കണ്ണാ.

പത്രവായന തുടങ്ങി. പിന്നെയും ആ ഒച്ച തന്നെ.

ഇവൻ നിസ്സാരനല്ല എന്ന് മനസ്സിൽ കുറിച്ചു. ഗവർണ്ണർ, മേയറൂട്ടി, ആനാവൂർ, മറ്റ കക്ഷി വർത്തമാനങ്ങൾ.. അങ്ങനെ വായന തുടർന്നു. സമാന്തരമായി 'ച്ചളി ച്ചളി' ഉച്ചസ്ഥായിലെത്തി.

ഓാ ചളി എന്നാണല്ലേ?

ചങ്ങാതി രണ്ട കൈകൊണ്ടും ഒരു കൊട്ടടക്ക പൊക്കി കൂർത്ത പല്ല കൊണ്ട് കാർന്ന ശേഷം താഴെ വച്ചു.

അപ്പോ നീ നിസ്സാരനല്ല അല്ലേ?

വീണ്ടും കൊട്ടടക്ക കാർന്നു.

'ന്നാ പറ,

എന്താ നമ്മടെ ജനാധിപത്യത്തിന്റെ ഒരു ഭാവി, കണ്ണാ?'

അവൻ വാല് കുലുക്കി ആട്ടിയാട്ടി തിരിഞ്ഞ്, പൃഷം എന്റെ നേരെ തിരിച്ച്, നിന്നു.

ഞാൻ ഇളിഭ്യനായെങ്കിലും ചിരിച്ച പോയി. 'പോടാ' ന്ന സ്നേഹത്തോടെ പറഞ്ഞു.

അവൻ വാല്യ വിറപ്പിച്ച് 'ച്ചളി ച്ചളി' ചിലയ്പ്പോടെ ഒരു ചെടിക്കൊമ്പിൽ കേറി. അപ്പോഴാണ് മനസ്സിലായത്:

"അണ്ണാറക്കണ്ണനും തന്നാലായത്"

'ഭയങ്കരാ ..'

**

ചെമ്പകം

ഈ ഇടവഴി ചെമ്മൺറോഡിലേക്ക് കേറുന്നിടത്തു അന്തുവിന്റെ തൊഴുത്തിനോട് ചേർന്ന് ഒരു വെള്ളചെമ്പക മരമുണ്ടായിരുന്നു. കുലകുലയായി വെളുത്തപ്പൂവുകൾ വിടർന്നനിൽക്കുന്ന ഒരു വയസ്സി ചെമ്പകം. ആ പ്രദേശം മുഴുവൻ സുഗന്ധം പരത്തുന്ന ചെമ്പകമരം. അതിന്റെ ചോട്ടിലും നിറയെ പൂവുകൾ വീണുകിടപ്പുണ്ടാവും. ആ കാഴ്ച കാണുമ്പോൾ അധിക ഇംഗപദത്തിൽ നിന്നു നിപതിച്ച രാജ്ഞിയുടെ പാഠം പഠിപ്പിച്ച ഗോപാലൻ മാഷെയാണ് ഓർമ്മ വരിക.

ആ വഴി നടക്കുമ്പോൾ, പൂവുകളെ ചവിട്ടി കടക്കാൻ മനസ്സുവരാത്ത തിനാൽ തന്റെ നടത്തം പതിയെ ഭ്രമിയറിയാ മട്ടിലാക്കും. അതിനിടെ ഒന്നു രണ്ടെണ്ണം പെറുക്കിയെടുത്തു, മണപ്പിക്കും. അവ വേലിയിൽ വച്ച് നടപ്പു തുടരും.

ഒരുനാൾ, ചെമ്പകച്ചോട്ടിൽ അവളെ കണ്ടു. പത്തു കഴിഞ്ഞു പഠിപ്പ നിർത്തിയ ജമീല.

ജമീല ചിരിച്ചു. ചെമ്പക മരം മുഴുവൻ ചിരിച്ചു. വെളുത്തു തുടുത്ത കവിളിലെ നീലവരകൾ ആകാശത്ത് പടർന്നു.

ഒന്നും മിണ്ടിയില്ല!

പിന്നെയും കണ്ടു - ചെമ്പകച്ചോട്ടിൽ ആരെയോ കാത്തിരിക്കുന്ന ജമീലയെ.

പിന്നെയും പിന്നെയും.

ചിലപ്പോൾ താഴ്ന കൊമ്പിൽ കേറിയിരുന്ന് ദൂരെ ആരെയോ കാത്തി രിക്കും പോലെ.

ചെമ്പകത്തിന്റെ കൊമ്പിൽ പിടിച്ചിരിക്കുന്ന നീണ്ട വെള്ള

വിരലുകളില്‍ ഒരിക്കല്‍ തൊട്ടിട്ടുണ്ട്. ആഗസ്റ്റ് പതിനഞ്ചിനു മിഠായി കൊടുത്തപ്പോള്‍.

ഇന്നെങ്കിലും ചോദിക്കണം -

'ജമീലേ, നീ ആരെയാ കാത്തിരിക്കുന്നെ?'

പുള്ളിപ്പാവാടയും ഫുള്‍ക്കൈ ബ്ലൗസ്സും നീല തട്ടവുമിട്ട ഒരു പൂവ്. ചെമ്പ കത്തിന്‍ കൊമ്പിലിരിക്കുന്ന അവള്‍ അവിടെ നിന്ന് അപ്സര കന്യകയെ പോലെ ഇറങ്ങി വന്നു. തനിക്കു നേരെ ഒരു പൂവ് നീട്ടി.

പൂവ് വാങ്ങുമ്പോള്‍ ആ വിരലില്‍ ഒരിക്കല്‍ കൂടി തൊട്ടു.

പനിനീര്‍ പോലെ ചുവന്ന കൈ. കണ്ണുകളില്‍ പതിവില്ലാത്ത ആഴം.

നീ ആരെയാ ജമീലേ എന്നും കാത്തിരിക്കുന്നെ എന്ന ചോദ്യത്തിന്റെ മുഴുവന്‍ രൂപവും പുറത്തുവന്നില്ല.

'നിന്നെ തന്നെടാ പൊട്ടാ.

നാളെ ന്റെ നിക്കാഹാ, പോട്ടെ'

ഒരിടത്തീയില്‍ ചെമ്പകപ്പൂക്കള്‍ കരിഞ്ഞു. പൂവിന്റെ വെന്തമണം പരന്നു. കൊള്ളിയാന്‍ വീണുകരിഞ്ഞ ഒരു ഹൃദയം അഗാധത്തിലേക്ക് ആണ്ടു.

ഇന്നാ ചെമ്പകമരം ഇല്ല.

പക്ഷെ, കരിഞ്ഞ പൂവിന്റെ ഗന്ധമുണ്ട്.

ഫാക്കൽറ്റി ക്ലാസ്സ്

ഞായർ, സമയം 9:45am. കാളിങ് ബെൽ കേട്ടു. പലവട്ടം അടിച്ചപ്പോ വാതിൽ തുറന്നു. അതിഭവ്യതയോടെ ഒരുത്തൻ. മുടി മോടിയിൽ വിഗ് പോലെ വച്ച്, കണ്ണടയും വലതുകൈ ത്തണ്ടയിൽ വാച്ചുമായി, ഒരാൾ:

'ഗുഡ് മോർണിംഗ് സാർ, നാൻ കർണാകര അൽവ, ബാങ്ക് എംപ്ലോയ്'

സീരിയലിൽ ഹനുമാൻ തൊഴുതു നിൽക്കും പോലെ ഒരാൾ.

'എന്താ അൽവാ'

ഹാങ് ഓവറും വിശപ്പും മടുപ്പും കലർത്തി ചോദിച്ചു.

'സാർ, സാർ എണീറ്റിനല്ലേ ഇല്ലു, പല്ലെല്ലാം തേച്ചിറ്റ് ബരണം. ലേശം ബർത്താനം ഇടാന്ണ്ട്'

(ആരാപ്പാ ഈ മഹാപാപി?)

'അൽവാ, അകത്തിരിക്കുന്നോ?'

'ബേഡയില്ല സാർ?'

'അവൾ യു പി സഹപാഠികളായ ആറു സ്ത്രീകളോടൊപ്പം (പണ്ട് കുട്ടികൾ) ഏകദിന ട്ടൂറിലാണ്.'

ഇന്ന് അലസദിന ആഘോഷം എന്ന് വിചാരിച്ചിരിക്കെ ഓരോ കുരിശ്.പല്ല് തേക്കുമ്പോഴും നാക്ക വടിക്കുമ്പോഴും ഉഴച്ച.

ആരാണീ അൽവ?

ഒരു കട്ടനും പാന്റോസിഡ്ഡും പാരസെറ്റമോൾ 650 ഉം വിഴങ്ങി. ആ ചങ്ങായിയെ വിട്ടിട്ടു പത്രും നോക്കാമെന്ന കരുതി:

'ഹലോ അൽവാ, ന്താ വിശേഷം'

'വിസേസം ഒണ്ണം ഇല്ല സാർ, ഹാപ്പി ആയിറ്റുണ്ട്.'

'എന്തേ രാവിലെ?'

'സാർ ഐ വിൽ ടെൽ ഇൻ ഷാർട്ട്. സാർ നാൻ കയിഞ്ഞാഴ്ച സാറിന്റെ ലൈഫ് ഇമ്പ്രൂവമെന്റ് ക്ലാസ്സിൽ ബന്നിരുന്ന ആൾ. ക്ലാസ്സ് ബെഷ്ടായിട്ടുണ്ട്. Very good. (അരികെ വന്ന് കൈ പിടിച്ച കുല്യക്കി)

അതെല്ലാം കേട്ട് നമ്മള് നല്ല ത്രില്ലായ്റ്റിണ്ടായിനി, നമ്മളോട് ഒടക്കാക്കി പോയ സർമിളേനെ കാണാൻ തോന്നി. സാർ പറഞ്ഞത് കറക്ട്, ലൈഫ് ഷാർട്ട്. പെണ്ണങ്ങളെ ഇഷ്ടം നോക്കണം ഒന്നിച്ച ട്രാവൽ ആക്കണം. ഓർക്ക ബേടത് കൊടക്കണം. നമ്മൾ ഓളെ ബീട്ടപോയി എല്ലാം കമിറ്റാക്കി. ബെറുമ്പോ ഓള് പറഞ്ഞു. സാർ ബല്ല്യ ആള്.'

'എന്താ അൽവാ, നിങ്ങൾ തമ്മിൽ ഇഷ്ട്യ.'

'അത് സാർ, നമ്മൾ ഡെയിലി രണ്ട പെഗ് അടിക്കും.

അതിന 350 രൂപ ആവ്വം.'

'അത് ഭാര്യക്ക് ഇഷ്ടമല്ലേ?'

'ഇഷ്ക്കേടില്ല സാർ. അവൾ പറേന്ന് മണി വേസ്റ്റ് എന്ന്. കണക്ക കൂട്ടി നമ്മളെ പഠിപ്പിച്ചു.'

'പോട്ടെ അൽവാ, ഇപ്പോ ഞാനെന്തു വേണം?'

'സാർ, ഓള്ക്ക് ഒരു സാരീ വാങ്ങി കൊടുത്തു. കസിന്റെ കല്യാണം. അയിന് പറ്റിയ ചെരുപ്പ്, സെക്കന്റ്, തേർഡ് പേപ്പർസ്. 48500/-ആയി.'

'ഇതൊക്കെ എന്നോട് എന്തിനാ അൽവാ..?'

'സാർ, ക്ലാസ്സിൽ ,പറഞ്ഞില്ലേ, എന്ത് സകായം ബേണെങ്കിലും ബിളിച്ചോളാൻ. സാർ 48500 കൊടുത്തപ്പോ 200 ഉറുപ്പിയ ബാക്കി. ഇന്നം നാളേം മാറ്റനാല്യം കയിഞ്ഞെ സമ്പളം കിട്ടു. സാറേ, ഒരിക്ക ഉട്ത്ത സാരി ഓള് പിന്നെ ഉടുക്കുല്ലാ. 48500 വേസ്റ്റ് അല്ലെ സാർ. 48500 മൂന്നര മാസം നമ്മൾ വേസ്റ്റാക്കുന്ന പൈസ്സ അല്ലെ സാർ.'

'ഒക്കെ ശരി അൽവാ, ഞാൻ എന്താ വേണ്ടേ?'

'ഈന്റെ വെഷ്ടം മാറ്റാൻ നമുക്ക് റ്ന്റ് അടിക്കണം സാർ. ഒറ്റ ആയിരം റൂപാ സാർ കടമായി തരണം.'

അപൂർവങ്ങളിൽ അപൂർവമായ ഈ കേസ് ന്യായമായി തോന്നി. തലേന്ന് നടത്തിയ ഫാക്കൽറ്റി ഇമ്പ്രൂവ്മെന്റ് ക്ലാസ്സിന്റെ ഫീസ്റ്റവറിൽ നിന്നും രണ്ടായിരമെടുത്ത് അൽവായ്ക്ക് നീട്ടി.

 കാഞ്ഞിര കഥകൾ

'നോ സാര്‍, അല്‍വാ കറക്ട് പേര്‍സന്‍, 1000 ജാസ്റ്റി. സര്‍മിള ഹാപ്പി ആണ് സാര്‍.'

ആയിരം തിരിച്ച തന്ന് അല്‍വ മടങ്ങി.

**

കുഞ്ഞമ്പു

നഗരചത്വരത്തിനു തൊട്ടടുത്ത ആളൊഴിഞ്ഞ തർക്കഭൂമിയിലെ പൊട്ടക്കിണറ്റിൽ ഏറെക്കാലമായി പാർത്തു വരുന്ന ഒരു തവളയാണ് കുഞ്ഞമ്പു.

കുഞ്ഞമ്പുവിന്റെ വയസ്സൊന്നും നിശ്ചയമില്ല. ഇരുപത്താറു കണക്കാക്കാം. അതാണല്ലോ ഒരു പ്രായം. ശേഷം വയസ്സ് കൂടില്ല. ഇരുപത്തിയാറായിട്ടു കുറേ ആയി. അതിനി കൂടാതെ നോക്കണം.

കുടപ്പിറപ്പുകൾ, കൂട്ടുകാർ ഒക്കെ ഇവിടം വിട്ടു. ചിലർ വിദേശത്താണെന്നും ചിലർ ഇല്ലാതായെന്നും ചിലർ രാഷ്ട്രീയത്തിൽ പ്രവേശിച്ചുവെന്നും ഒക്കെ കേട്ടിട്ടുണ്ട്. ആ, ആർക്കറിയാം.

പറ്റമെങ്കിൽ ഒരു കുടുംബയോഗമോ ഗെറ്റ് ടുഗെദറോ വിളിക്കണം. അതിനായി ഒരു വാട്സ് ആപ്പ് ഗ്രൂപ്പം അക്കൗണ്ടും തുടങ്ങണം.

അങ്ങനെയിരിക്കെ ഒരു പൗർണ്ണമിരാത്രിയിൽ കുഞ്ഞമ്പുവിന് ചില ചിന്തകളുണ്ടായി:

ഇവിടെ നിന്ന് പുറത്തു കടക്കണം. മറ്റള്ളവർ പോയ പോലെ കർക്കടകത്തിലെ പ്രളയത്തിൽ അല്ല, പടവുകൾ പന്ത്രണ്ടും കേറി തന്ന

അതിനു ചില കാരണങ്ങളുണ്ട്.

കൂപമണ്ഡൂകം എന്ന പരിഹാസം അവസാനിപ്പിക്കണം. താനാരാണെന്നു നാട്ടുകാർ അറിയണം.

അവരുടെ മുൻപിൽ ഞെളിഞ്ഞു നിന്ന് ചിലതൊക്കെ പറയണം. പിന്നെ തന്റെ അവസ്ഥ രസതന്ത്രം സിനിമയിലെ കുഞ്ഞിക്കുട്ടൻ ആശാരിയുടേതാണ്. ഇനിയും ആരോടും പറയാതെ എത്രകാലം രഹസ്യങ്ങൾ മൂടിവയ്ക്കും. പൊട്ടക്കിണറ്റിലെ തവളയായ നിനയ്ക്ക് സിനിമയോ എന്നല്ലേ.

അതേയ്, അർധരാത്രിയിൽ

ആരൊക്കെ വരുന്ന ഇടമാണ് ഈ കിണറ്റിൻകര എന്നറിയാമോ? കള്ളന്മാർ, മയക്കുമരുന്നുകാർ, കൈക്കുലിക്കാർ, ആഞ്ഞ കുടിയന്മാർ, കൂട്ടിക്കൊടുപ്പുകാർ, രാഷ്ട്രീയശ്രദ്ധാലോചനക്കാർ, പലജാതി ഭോഗികൾ, പോലീസുകാർ..

ഇവരൊക്കെ മൊബൈലിൽ സിനിമ കാണും, താണ കോമഡി കാണും, അശ്ലീലം കാണും. ചിലപ്പോ തല്ലുകൂടി അവരുടെ മൊബൈൽ ഈ കിണറ്റിൽ വീഴും.

അഞ്ചു പൈസേടെ ചെലവില്ലാതെ കുഞ്ഞമ്പുന് ഒക്കെ കാണാം, കേൾക്കാം, അപ്ഡേറ്റ് ചെയ്യാം.

താനങ്ങാൻ പുറത്തു വന്നാൽ പഴയ പാട്ട പോലെ 'പണ്ടൊരു നാളിൽ പട്ടണ നടുവിൽ പാതിര നേരം സൂര്യനുദിച്ച്' എന്ന മട്ടാവുമെന്ന് അയാൾക്ക് ഒരു അഹങ്കാരവും പിടിപെട്ട.

കുഞ്ഞമ്പു കേൾക്കാത്ത ഭക്തി പ്രഭാഷണങ്ങളും രാഷ്ട്രീയ പ്രസം ഗങ്ങളും ഇല്ല. അറിയാത്ത മോഷ്ടാക്കളും അസന്മാർഗികളും ഈ നഗരത്തിലില്ല. ഈ നഗരത്തിൽ മതരാഷ്ട്രീയാദികളിൽ തന്നെക്കാൾ വ്യുല്പത്തി മറ്റാർക്കുണ്ട്?

മൂന്നുനാലു വിഗ്രഹങ്ങൾ ഈ കിണറ്റിലുണ്ട്. പൊൻകുരിശ്ശും മറ്റ മതവ സ്തുക്കളും പലതരമുണ്ട്. ഇവരോടൊക്കെ ഒപ്പം കിടക്കുന്ന തന്നോടാ കളി!

അങ്ങനെ ഭക്ഷണ നിയന്ത്രണം, യോഗ, മറ്റ വ്യായാമങ്ങൾ, ധ്യാനം ഒക്കെ അഭ്യസിച്ച് കുഞ്ഞമ്പു ശരീരവും മനസ്സും ശക്തമാക്കി.

വെള്ളത്തിൽ നോക്കി തുടയുടെയും കൈകളുടെയും മസിലുകളും ഉണ്ടക്കണ്ണിന്റെ കാന്തിയും നോക്കി പുളകിതനായി.

ആദ്യത്തെ പടവ് അനായാസം കയറി. അന്നേരത്ത്, കുഞ്ഞമ്പുവി ന്റെ അടുക്കൽ ഒരു നീർക്കോലി പാഞ്ഞെത്തി. അവന്റെ തൊള്ളെലൊ ന്നും താൻ കൊള്ളില്ല എന്ന് കുഞ്ഞമ്പുവിന് അറിയാമായിരുന്നു.

തിരിഞ്ഞു നിന്ന് ഒന്നു വായ പിളർത്തി ഒരു വിരട്ട്.

പുളവൻ വിരണ്ട് കിണറ്റിൽ വീണു. അടുത്ത ദിവസം രണ്ടു പടവ്.

മാളങ്ങളിൽ പതിയിരിക്കുന്ന വെള്ളിക്കെട്ടന്മാർ ചതിയന്മാരാണ്. പക്ഷേ ബുദ്ധിയില്ല. ടൈമിങ്ങും കുറവാണ്.

ഇനിയങ്ങോട്ട് എന്തും പ്രതീക്ഷിക്കണം. വൻപാമ്പുകൾ, കടന്നലു

കള്‍, ഉപയോഗിച്ച ഉറകള്‍, മയക്കമരുന്ന സിറിഞ്ചുകള്‍, കൊല കഴി
ഞ്ഞിട്ട കത്തിയോ തുണിയോ ഒക്കെ. മേല്‍ത്തട്ടുകാരാണല്ലോ അതീവ
അപകടകാരികള്‍. മൂന്നുനാലു കടന്നലുകള്‍ വട്ടമിട്ട പറക്കുന്നുണ്ട്.
അവന്മാര് ഇളകിയാല്‍ വര്‍ഗീയ കലാപം ഉറപ്പ്. ഗണപതി ഭഗവാനെ
ഉള്ളരുകി വിളിച്ചു, പുണ്യാളന്മാരെയും അറിയാവുന്ന തങ്ങന്മാരെയും
വിളിച്ചു. എല്ലാം കടന്ന കൂടി .

ഇനി ഒറ്റ പടവ് മാത്രം. നാളേക്ക് കറുത്ത വാവ്. ആരുമറിയാതെ
മോളിലെത്തി പിന്നെ വിളിച്ച കൂവണം - മഹാമഹിമശ്രീ ദര്‍ദ്ദര
പ്രമാണി കുഞ്ഞമ്പു നിങ്ങളെ അഭിസംബോധന ചെയ്യാന്‍ വന്നിരിക്ക
ന്നു എന്ന്. ചാനല്‍കാര് വരും, പത്രക്കാര് വരും, ഫോട്ടോസെഷന്‍,
ഇന്റര്‍വ്യൂ ഗവേഷകര്‍ വരും. രഹസ്യപൊലീസും സിബിഐയും അവരെ
നേരിടാന്‍ ക്രൈംബ്രാഞ്ചും വരും. സന്തോഷം കൊണ്ട് കുഞ്ഞമ്പുവിന്
ചാടാനും വയ്യ എന്നായി. നേരം വെളുത്തു, പാട്ടുകള്‍ നിലച്ചു. ഒരു
മഴയുടെ കോളുണ്ട്, കുഞ്ഞമ്പുവിലെ രാഷ്ട്രീയക്കാരന്‍ ഉണര്‍ന്നു. ഈ
മഴ താന്‍ കരഞ്ഞു വരുത്തിയതാണെന്ന് വരുത്തിക്കളയാം:

'പേക്രോം പേക്രോം'

കേള്‍ക്കേണ്ട താമസം കുറ്റിക്കാട്ടില്‍ കിടന്ന ഒരു എല്ലമ്പന്‍ നായ
കുരച്ച കൊണ്ട് ഒറ്റ ചാട്ടം. കൂടെ അമ്മട്ടില്ലുള്ള കുറേയെണ്ണം ഒത്തുകൂടി,
കോറസ് തന്നെ. ചെവിയിലെ വി കട്ട് കണ്ടാലറിയാം എ ബി സി ക്കാര്‍
പിടിച്ച കൊണ്ടുപോയി വൃഷണവും ഗര്‍ഭപാത്രവും മുറിച്ച മാറ്റപ്പെട്ടോ
രാണെന്ന്. കുഞ്ഞമ്പുവിന് മരണഭയം ആദ്യമായി ഉണ്ടായി. തലക്ക
മുകളില്‍ രണ്ട പരുന്തുകള്‍ വട്ടമിട്ടു. അപ്പറത്തു വെള്ളമടിച്ച ഓഫായ
രണ്ടുപേര്‍ വന്നു നോക്കി :

'ഉയ്യോ ?എന്നാ തവളയാ ! അവന്റെ തൂട ഒന്നര കിലോ തൂങ്ങും'

പാല് കൊണ്ടുപോകുന്നവരും പത്രക്കാര് കുട്ടികളും അമ്പലത്തിലും
പള്ളീലും പള്ളിക്കൂടത്തിലും പോവുന്നവരും എത്തി. ഒരെമ്പോക്കി
തോര്‍ത്തുമുണ്ടുമായി തന്നെ പിടിക്കാന്‍ വരികയാണ്.

'ഇവനെ നമ്മളെ ജോണി സാറിന കാട്ടിക്കൊട്ക്കണം. അയാള്‍
തവള ഗവേഷകനല്ലേ ? നോവല്‍ പ്രൈസു കിട്ടൂടാ'

ഉണ്ടക്കണ്ണുകളില്‍ പുറം ലോകത്തിന്റെ ഭീതി കുഞ്ഞമ്പുവില്‍ തുള്ളിയൂ
കേറി. ഒരുത്തന്‍ തെങ്ങുമടല്‍ കൊണ്ട് പിറകിലൂടെ ഒറ്റ അടി. ചെറിയ
പരിക്ക്. ആള്‍ക്കൂട്ടത്തിന്റെ നേരെ ചാടി കുഞ്ഞമ്പു. കുറേ പേര്‍ പേടിച്ച
മാറി. സവാരിക്കിറങ്ങിയ കേണലിന്റെ ഇടലിട്ട അള്‍സേഷ്യനും കുരച്ച

വന്നു. നിസ്സാരനെ നേരിടാൻ തെരുവ് നായ്ക്കളും മുന്തിയ പട്ടികളും ഒന്നിച്ച് അണിചേർന്നു. എന്താണ് ഞാൻ ചെയ്ത തെറ്റ് എന്ന തവളഭാഷയിലുള്ള ചോദ്യം ആർക്കും മനസ്സിലായയ്തുമില്ല. അതോ അവഗണിച്ചതോ ? ഇനി ഇവിടെ നിന്നുകൂടാ..

കുഞ്ഞമ്പു രണ്ടചാട്ടത്തിന് ബഫർ സോണിൽ നിന്ന് ഇടിഞ്ഞ ആൾമറയിൽ എത്തി. പിറകെ വന്ന ആൾക്കൂട്ടത്തിന് നേരെ നീട്ടി കാഷ്ടിച്ചു.

ബ്ലീം ഗ്ലൂ ഗ്ലൂ എന്ന് പൂർവസ്ഥാനത്തേക്ക്. മുങ്ങി പൊങ്ങി വന്ന് അരയോളം വെള്ളത്തിൽ ഹഠയോഗിയെ പോലെ നിശ്ചലമായി ധ്യാനിച്ച് പറഞ്ഞു:

'ഇനി മുതൽ ഞാൻ കുഞ്ഞമ്പുവല്ല.

"കൂപമണ്ഡൂകാനന്ദൻ"

ശുഭം.

**

അതിഥി ദേവോ ഭവഃ

കുഞ്ഞിക്കണ്ണൻ മാഷുടെ അമ്പത്തിയൊന്നാമത്തെ പുസ്തകത്തിന്റെ പ്രകാശനമാണ് നടക്കാൻ പോവുന്നത്.

വിജ്ഞാനവേദി വായനശാലയുടെ മുകളിലത്തെ നിലയിൽ ജനകീയാസൂത്രണ പദ്ധതിയിൻകീഴിൽ നിർമ്മിച്ച ഹാളിലാണ് ചടങ്ങ്. മഴക്കാലത്തു സാമാന്യം ചോർച്ച ഉണ്ടെന്നല്ലാതെ മറ്റ തകരാറുകൾ ഒന്നും പറയാനില്ല. ഇരുമ്പ ജനാലയിൽ പൊട്ടിയ ചില്ലുകൾക്കു പകരം തെർമൊക്കോൾ തിരുകിയിട്ടുണ്ട്. വൈകുന്നേരം അപാര കാറ്റാണ്. അതുകൊണ്ട് കൊതുകുകൾക്കു ദിശാബോധം പാളുന്നതിനാൽ ശല്യം കുറവാണ്.

കുഞ്ഞിക്കണ്ണൻമാഷ് എന്നത് നാട്ടനടപ്പനാമവും എം കുഞ്ഞിക്കണ്ണൻ എന്നത് യഥാർഥനാമവും 'പുരോഗമനൻ' എന്നത് ഇലികാനാമവുമാണ്.

കട്ടത്ത യുക്തിവാദിയും സ്നേഹസമ്പന്നനുമാണ്. സാമാന്യം വിവരക്കേട്ടുണ്ടെന്നും പറയാവുന്ന ആളാണ്. 'പുരോ' കൂട്ടിയുള്ള ഏതിലും മാഷുണ്ട്- അതായത് ആദ്യമൊക്കെ ഇടതു പ്രസ്ഥാനങ്ങളിൽ സജീവമായിരുന്നുവെങ്കിലും അത് ഇരുകൂട്ടർക്കും (പ്രസ്ഥാനത്തിനും മാഷിനും) ബാധ്യതയായി തോന്നിയതിനാൽ സംഘടനാപരമായ ചങ്ങാത്തം വേണ്ടെന്നു വച്ചു.

മാഷോട് ഒത്തുപോവാൻ ബുദ്ധിമുട്ടാണെന്നാണ് പാർട്ടിക്കാരുടെ പറച്ചിൽ. സ്വാതന്ത്ര്യക്കുറവാണെന്നു മാഷും. എങ്കിലും ഇടതാണ് മാഷുടെ ഹൃദയം.

ഇരുപത്തിയൊന്നാം വയസ്സിൽ ആദ്യപുസ്തകമായ 'പുരോഗമന

ത്തിന്റെ നാൾ വഴികൾ' പ്രസിദ്ധീകരിക്കുകയുണ്ടായി. തനിമ പബ്ലിക്കേ ഷൻസാണ് അത് നിർവഹിച്ചത്. തനിമ ഇപ്പോൾ ഇല്ല. അതിനുവേണ്ടി രണ്ടു മൂന്നു മാസത്തെ ശമ്പളം ചെലവായെങ്കിലും ഗ്രന്ഥകാരനെന്ന പേര് തരായല്ലോ!

പിന്നാലെ 'ഗ്രഹണവും ഗ്രാഹ്യവും' ഇറക്കി. ലേഖനങ്ങൾ, കഥാ സമാഹാരങ്ങൾ എന്നിങ്ങനെയായി എണ്ണം പെരുകി. ഇവയ്ക്കു പുറമെ പന്ത്രണ്ടു നാടകഗ്രന്ഥങ്ങളും. പുരോഗമനൻ എന്ന കുഞ്ഞിക്കണ്ണൻ മാഷുടെ പെരുമ പല മടങ്ങായി.

അധ്യാപക സംഘടനകൾക്ക് തന്നെ ഉൾക്കൊള്ളാൻ കഴിയില്ലെ ന്ന്മാഷും മാഷുടെ വട്ടുകൾ സഹിക്കാനാവുന്നില്ലെന്ന് സംഘടനക്കാരും പറയുന്നു.

അല്ലെങ്കിലും മാനേജ്മെന്റ് എൽ.പി.സ്കൂളിൽ എന്തിനാണ് സംഘടനാ പ്രവർത്തനം?

സഹപ്രവർത്തകരായിരുന്ന രാമചന്ദ്രൻ മാഷ് ജില്ലാ പഞ്ചായ ത്തു പ്രസിഡന്റും സൗദാമിനി ടീച്ചർ ഗ്രാമപഞ്ചായത്ത് പ്രസിഡന്റും ആയതോർക്കുമ്പോൾ ചെറിയ അസൂയ ഇല്ലാതില്ല.

തന്റെ പ്രവർത്തന മേഖല പുരോഗമന കലാസാഹിത്യമാണ്. അവിടെ രാഷ്ട്രീയം അധികമായിക്കൂടാ - മാഷിന്റെ നിലപാടങ്ങനെ യാണ്.

മാനേജർമാഷിന്റെ മകളും ഇരുപത്താറാം വയസ്സിൽ ഹെഡ്ടീച്ചറും ആയ തങ്കമണി ടീച്ചറോട് മറ്റ മാഷന്മാർക്കും ടീച്ചർമാർക്കും അസൂയ മൂത്തതിനാൽ ശമ്പളബില്ല് തയ്യാറാക്കാനോ ട്രഷറിയിൽ പോകാനോ ആരും സഹായിക്കാറില്ല.

ആ വേളയിലാണ്, വയസ്സിനിത്തിരി മൂപ്പായാലും തങ്കമണി ടീച്ചറോട് കുഞ്ഞിക്കണ്ണൻ മാഷിന് 'ഒരിത്' ഉടലെടുക്കുന്നതായി സംശയം.

പിന്നെ ബില്ലെഴുത്ത്, എ. ഇ. ഒ. വിനെ കാണൽ, ട്രഷറിക്ക് പോക്ക് തുടങ്ങിയ സംഗതികളിലെല്ലാം അകമഴിഞ്ഞ സഹായവ്വമായി മാഷ് മുന്നോട്ട വന്നു. അന്നേരത്ത്, ശീതസമരക്കാർ നേരിട്ട് യുദ്ധത്തിന് വന്നെ ങ്കിലും തറവാടിയും പ്രമാണിയുമായ മാനേജർമാഷ് പുരോഗമനന്റെ സഹായത്തോടെ പൂർവാധികം ശക്തിയാർജിച്ചു.

രണ്ടു കൂട്ടരും നായരാണെങ്കിലും കാരറ്റിൽ മാഷ്ക്ക് ലേശം കുറവ ണ്ടായിരുന്നു. തങ്കമണി ടീച്ചർ പറഞ്ഞു: 'അയാൾ പുരോഗമന ചിന്തക നാണ്, പ്രാസംഗികനാണ്, സുന്ദരനാണ്.'

മാനേജർ ഇച്ഛിച്ചതും മകൾ കല്പിച്ചതും ഒന്നായപ്പോൾ ടീച്ചർജാതി ക്കാർ തമ്മിൽ ഒപ്പവച്ചു. രജിസ്ട്രാപ്പീസിലായിരുന്നു പരിണയം.

വായനശാലയിൽ കട്ടനും റസ്കുമായി ഇരുപത്തിയെട്ടു പേർ പങ്കെടുത്ത കല്യാണച്ചടങ്ങും അരങ്ങേറി.

മാനേജർമാഷ് ചെലവില്ലാതെ നടന്ന കല്യാണത്തിന്റെ വിജയ ത്തിൽ മതിമറന്ന് പുരോഗമനമതത്തിലേക്ക് ചേക്കേറി.

അതിനാൽ പിന്നീടദ്ദേഹം പ്രമേഹം മൂർച്ഛിച്ച് മരിച്ചപ്പോൾ സ്കൂളിന്റെ പേര് കരുണാകരൻ മെമ്മോറിയൽ എൽ.പി .സ്കൂളെന്നാക്കി മാറ്റി യതിൽ പുരോഗമനപ്രവർത്തകർക്ക് യാതൊരെതിർപ്പുമുണ്ടായില്ല. കുട്ടികളില്ലാത്ത അധ്യാപകദമ്പതികൾക്ക് ശാസ്ത്രം, ശാസ്ത്രസാഹിത്യം, വെറും സാഹിത്യം, നാടകം എന്നിവയിൽ മുഴുവൻ സമയവും വ്യാപരി ക്കാൻ കഴിഞ്ഞു.

കുഞ്ഞിക്കണ്ണൻ മാഷുടെ കാക്കക്കാലു പോലുള്ള കയ്യെഴുത്ത് പകർ ത്തിയെഴുതുന്നത് ടീച്ചറാണ്.

അനപത്യദുഃഖം പുസ്തകങ്ങളെ പ്രസവിച്ചു തീർക്കുമെന്നാണ് അവരുടെ സംയുക്ത പ്രസ്താവന!

എത്രയെത്ര വിഷയങ്ങൾ മാഷ് കൈകാര്യം ചെയ്തിരിക്കുന്നു!

ദൗർഭാഗ്യവശാൽ ഒരു പൊതു പ്രസിദ്ധീകരണത്തിലും അച്ചടിച്ചു വന്നില്ല. മാഷുണ്ടോ തളരുന്നു!

പി.എഫിൽ നിന്ന് ആറാറുമാസം കൂടുമ്പോൾ കടമെടുത്തും തങ്കമ ണിടീച്ചറുടെ ആഭരണങ്ങൾ സഹകരണബാങ്കിൽ പണയപ്പെടുത്തിയും തേങ്ങ, അടയ്ക്ക തുടങ്ങിയവ പാട്ടം കൊടുത്തും പുസ്തകങ്ങളുടെ പ്രസിദ്ധീ കരണം തുടർന്നുകൊണ്ടിരുന്നു.

പ്രകാശനച്ചടങ്ങിന് സ്ഥലം എം. എൽ. എ., ഡി. ഇ. ഒ. , പഞ്ചായ ത്തു മെമ്പർമാർ, പോലീസ് എസ്. ഐ. തുടങ്ങിയവർ ഒക്കെ അതിഥി കളായി വന്നിട്ടുണ്ട്. മറ്റ സാഹിത്യകാരോട് പുച്ഛമായതിനാൽ അവരെ ക്ഷണിക്കാറില്ല.

നാടകാഭിനയത്തിന്റെ അഞ്ഞൂറ്റിയൊന്നാമത് സ്റ്റേജിൽ കാഞ്ഞ ങ്ങാടിനടുത്തുള്ള ഒരു ഉത്സവവേദിയിൽ മാഷ് അഭിനയിച്ചു കൊണ്ടി രിക്കുമ്പോഴാണ് തങ്കമണി ടീച്ചർ തലകറങ്ങി വീണ വിവരം കിട്ടിയത്. മുഖ്യകഥാപാത്രമായ പത്രാധിപർ ഇല്ലാതെ എങ്ങനെ നാടകം നടക്കും?

'അവൾക്കൊന്നും ഉണ്ടാവില്ല

ഞാൻ എത്തിയാൽ ഒക്കെ ശരിയാവും.'

മാഷ് തകർത്തഭിനയിച്ചു. പക്ഷേ, തങ്കമണി കാത്തില്ല. ഹാർട്ട് അറ്റാക്ക് ആയിരുന്നു.

മാഷും തലകറങ്ങി വീണു. പക്ഷേ ഹൃദയം സ്തംഭിച്ചില്ല.

പിന്നെ മാഷ് ഒറ്റയ്ക്കായി.

പുരോഗമന ചിന്താപദ്ധതിയിൽ ഒരു വിട്ടുവീഴ്ചയും ചെയ്തില്ല.

പ്രകൃതി ഭക്ഷണവും കാട് കേറലും ഗ്രന്ഥരചനയും തുടർന്നു.

മാഷ് സ്കൂളിൽ നിന്ന് പിരിഞ്ഞു, പിന്നെ ഒക്കെ മടുപ്പായി. തർക്കിക്കാൻ ആളില്ലാതായി. എഴുതാനുള്ള വിഷയവും കഷ്ടി.

നാടകം കളിക്കാനോ കാണാനോ വായിക്കാനോ ആള് നന്നേ കുറവ്.

അങ്ങനെയിരിക്കെ, ദാമോദരൻ നായരുടെ പഴേ കെട്ടിടത്തിൽ കുറേ താമസക്കാരെത്തി-അതിഥി തൊഴിലാളികൾ. ഹിന്ദിയും ഒഡിയയും ബംഗാളിയുമൊക്ക സംസാരിക്കുന്നവർ.

മാഷിന്റെ മനസ്സിൽ ഒരു ലഡ്ഡു പൊട്ടി.

ഇവരുമായി സംസർഗ്ഗപ്പെടുക. അടുത്ത പുസ്തകം അവരെപ്പറ്റി തന്നെ. മാഷ് അറിയാവുന്ന ഹിന്ദിയുമായി വൈകുന്നേരങ്ങളിൽ അവരുടെ താമസസ്ഥലത്തെത്തി. കുറേ കാര്യങ്ങളൊക്കെ ചോദിച്ചു മനസ്സിലാക്കി. അല്ലെങ്കിലും ഒരു പുസ്തകം എഴുതാൻ അത്രയൊക്കെ പോരെ!

അവരുടെ വെള്ളമടി തുടങ്ങുംമുമ്പ് സ്ഥലം വിടും.

മാഷ്, മാസ്റ്റർജി എന്നൊക്കെ വിളിച്ച് കുറച്ച പണമൊക്കെ പലരും പിടുങ്ങി. മാഷ് ഒന്നും ആലോചിച്ചില്ല. വൈവിധ്യമുള്ള ഒരു പുസ്തകം, അത്രമാത്രം.

ആറ്റിത്തൊണ്ണൂറ്റി ഒൻപതു പേജുള്ള 'അതിഥികളുടെ ആശങ്കകൾ' എന്നതായിരുന്നു മാഷുടെ അമ്പത്തൊന്നാമത്തെ പുസ്തകം.

നഗരത്തിൽ ചെന്ന് പ്രബുദ്ധ പബ്ലിക്കേഷനിൽ നിന്ന് പ്രിന്റ് ഓൺ ഡിമാന്റിൽ അമ്പത് കോപ്പി ഓർഡർ കൊടുത്തു. പണ്ടത്തെ പോലെ ആയിരവും അഞ്ഞൂറും ഒന്നും അച്ചടിക്കാറില്ല.

വീട്ടിലെ പൂമുഖത്തും മൂന്നു മുറിയിലും പുസ്തകക്കെട്ടുകൾ നോക്കി മാഷ് നെടുവീർപ്പിട്ടു. ഇതൊന്നും ചിതലിനും വേണ്ടേപ്പാ എന്ന ആത്മ ഗതത്തോടെ.

പഞ്ചായത്ത് പ്രസിഡന്റ് ഗുണശേഖരനാണ് പ്രകാശനം

നിർവഹിക്കുന്നത്. ആശംസ കുറുന്തോട്ടിൽ ജാനകി മെമ്പറും.

മാഷ്ക്ക് ഈ ചടങ്ങിലൊന്നും വിശ്വാസമുണ്ടായിട്ടല്ല, പക്ഷേ പുതിയ സംരംഭം നാലാൾ അറിയണ്ടേ... പുസ്തകം ലക്നൗക്കാരൻ ഹേമന്ത് രാജ് ഏറ്റുവാങ്ങും. സ്വാഗതം ബംഗാളി മുഖലിം അൻസാരിയാണ്. ചടങ്ങിന് പത്തിരുപതു ആളെങ്കിലും വേണ്ടേ. വായനശാലയിൽ വന്ന വരോട്ടം ചുറ്റുപാട്ടുമുള്ള കുട്ടികളോട്ടം പറയാം.

അതിഥി തൊഴിലാളികളുടെ വിഷയമായയ്തുകൊണ്ട് അവർ വന്നേക്കും. കാര്യം പറഞ്ഞപ്പോ അവർ കട്ടായം പറഞ്ഞു:

'ദാരു മിലേഗാ തോ ആയേഗാ'

മാഷ് ഞെട്ടി. ഇതുവരെ ഒരു തുള്ളി കുടിക്കാത്ത ഞാൻ അത് വാങ്ങി കൊട്ടുക്കുകയോ! പക്ഷെ ഇവിടെ വാശി പിടിച്ച കൂടാ. അല്ലെങ്കിൽ തന്നെ ആൾക്കാർക്ക് പരിഹാസമാണ്.

'ഓക്കേ ഓക്കെ.'

പരിപാടി ആരംഭിച്ചിരിക്കുന്നു. സ്വാഗതഭാഷിയെ ഒരുപാട്ട പഠിപ്പി ച്ചിട്ടുണ്ട്.

'മാനനീയ പ്രജിഡന്റ് കൊണസെകര, ജെൻകി മേടം പുരോഗമെൻ കുഞ്ചികുണ്ണൻ സർജി..... യേ മാസ്റ്റർജി ക്കാ പ്പിപ്റ്റി പ്പസ്റ്റ കിതാബ് ഹേ, ഹമാരാ കെഹാനി ഹേ'

സ്റ്റോക്ക് തീർന്നപ്പോ വെള്ളം ചോയ്ച്ചു. കുട്ടികൾ ചിരി തുടങ്ങി. ഗുണശേഖരൻ മൂപ്പർക്ക് ദേഷ്യം വന്നു. അദ്ദേഹത്തിന്റെ ഉരുണ്ട കണ്ണ് കണ്ട് മെമ്പറും വിരണ്ടു.

പ്രസിഡന്റ് മുരണ്ടു : 'ആ മതി'

പുസ്തകം ഇടതു കൈകൊണ്ട ഹേമന്ത് രാജിന്റെ കയ്യിലോട്ട് ഇട്ടു.

അയാൾ ചത്ത കോഴിയെ പോലെ ഇക്കിയെടുത്തു മേശമേലും. ഗുണശേഖരനും ജാനകിയും കൈ പൊക്കിക്കാട്ടി സ്ഥലംവിട്ടു.

കാണിച്ച തരാമെന്ന മട്ടിൽ കുഞ്ഞിക്കണ്ണൻമാഷെ ഒന്നു നോക്ക കയ്യം ചെയ്തു.

കുപ്പി വാങ്ങാൻ പോയ കിരൺകുമാർ മൂന്നു കുപ്പിയും ഒരു മുട്ടൻ കുപ്പി വെള്ളവും കുറേ ഡിസ്പോസിബിൾ ഗ്ലാസുമായി നേരെ വേദിയിലേക്ക്. മൂപ്പര് നല്ല ഫിറ്റാണ്.

കുഞ്ഞിക്കണ്ണൻ മാഷ് അലറി:

'ഇദ്ധര്‍ നഹി, ഇദ്ധര്‍ നഹി'

ആരു കേള്‍ക്കാന്‍...

അടി തുടങ്ങിയിരിക്കുന്നു.

ഭക്തന്മാര്‍ പ്രസാദത്തിനു തിക്കി തിരക്കുംപോലെ മേശക്കു ചുറ്റും കശപിശ തന്നെ.

ഠിം, സംഗതി തീര്‍ന്നു. കിട്ടാത്തവര്‍ ബഹളം തന്നെ.

'ഹംകൊ നഹിം മിലാ'

പിന്നെ അവരുടെ ഭാഷയിലെ കമ്പോസ്റ്റ് തെറിയും. കിരണ്‍ കുമാറിനെ ആരോ തള്ളി.

അയാള്‍ ആരുടെയോ ചെകിട്ടത്തു ഒന്നു പൊട്ടിച്ചു. പിന്നെ അടിയോടടി. അയ്റ്റാല്‍ത്തെ അടി. കിട്ടിയ സാധനം കൊണ്ട് തലക്കും പുറത്തുമൊക്കെ അടി. ഇടക്ക് കയറി നിന്ന പുരോഗമനന്‍ മാഷിന് നെഞ്ചില്‍ ഒരു ചവിട്ടാ കിട്ടിയത്. മറിഞ്ഞു വീണ ബെഞ്ചു കാലില്‍പെട്ട് രണ്ടു വിരല്‍ ചതഞ്ഞു.

ഭാഗ്യം, ആരോ വിളിച്ചിട്ടാവാം, പോലീസെത്തി.

പിടിച്ചു മാറ്റാന്‍ തുടങ്ങിയതോടെ അതിഥികളുടെ ശൗര്യം കനത്തു. പോലീസുകാര്‍ ച്ചൂരല്‍ എടുത്തു ചന്തിക്കു പൊളയിച്ചതും എല്ലാരും ഇറങ്ങി ഓടി.

ഭാഗ്യവശാല്‍, ലോക്കല്‍ ചാനല്‍കാരൊന്നും ഇല്ലാരുന്നു. കുഞ്ഞി ക്കണ്ണന്‍ മാഷ് ഉച്ചത്തില്‍ അലറി:

'അവരെ തല്ലരുത്, നമ്മുടെ അതിഥികളാണ്'

അവര്‍ക്കു തിരിയാന്‍ ഹിന്ദിയില്‍ം അലറി:

'ഉന്‍കോ നഹിം മാര്‍നാ, വോ ഹമാരാ അതിഥി ഹും, അതിഥി മഹോദയ്'

'നീയാരെടാ?'

'ഞാന്‍ പുരോഗമനന്‍ കുഞ്ഞിക്കണ്ണന്‍ മാഷ്'

'മഹോദയനായാല്യം പുരോഗമനായാല്യം കേറടാ വണ്ടീല്'

കിരണ്‍കുമാറും ഹേമന്ത് രാജും തറയില്‍ വീണുകിടക്കുന്നുണ്ട്. ഓടുന്ന ഷക്കീല്‍ ഷായെയും ഇക്‍റാര്‍ ആലത്തെയും കോളറില്‍ പിടിച്ചു ജീപ്പിലിട്ടു.

എസ്.ഐ. പറയുന്നുണ്ടായിരുന്നു :

'പേര് ചോയ്ച്ച് ബാലൻസ് ചെയ്തോളണം. അല്ലെങ്കിൽ ജാതീം മതോം പറഞ്ഞ് എത്തിക്കോളം.'

അതിഥികൾ നാല് പേരും ആതിഥേയൻ കുഞ്ഞിക്കണ്ണൻ മാഷും ജീപ്പിൽ ഞെങ്ങി ഇരുന്നു.

മാഷ് പറഞ്ഞു:

'സർ എന്റെ ഒരു പുസ്തകത്തിന്റെ പ്രകാശനമായിരുന്നു. അമ്പൊ ത്തൊന്നാമത്തെ'

'അതിനാണോ ഈ കള്ളം തല്ലും?'

'അത് പിന്നെ ഇവരുടെ കഥ ആയോണ്ട് ...'

'ആ, അറസ്റ്റ് രേഖപ്പെടുത്തും, ജാമ്യത്തിന് ഏർപ്പാടാക്കിക്കൊ!'

'എന്തിനു സർ?'

'കലാപം ഉണ്ടാക്കിയേന്'

**

 കാഞ്ഞിര കഥകൾ

നാണുവണ്ടി

സമയം അഞ്ചായതായി അറിയാൻ മറ്റൊന്നും വേണ്ട, മൂത്രം മുട്ടി ഉണരുന്ന, വരണ്ട തൊണ്ടയിലേക്ക് ഇത്തിരി വെള്ളം വേണമെന്ന് തോന്നുന്ന, പുലരിയുടെ അസ്വസ്ഥത മാത്രം മതി.

ഇനി കിടന്നിട്ടു കാര്യമില്ല, എണീക്കാം.

ടോയ്ലറ്റിൽ പോകും മുമ്പ് മൂന്നു കവിൾ വെള്ളം.

ഫ്ളഷ് ചെയ്ത മനസ്സുമായി തിരികെയെത്തി,ഫോണിൽ നേരം നോക്കി -അഞ്ചര.

പല്ല് തേപ്പ് കഴിഞ്ഞ്, ടീ ഷർട്ടും ട്രാക് സൂട്ടും ധരിച്ചു. അവയുടെ നിറം മങ്ങിയിരിക്കുന്നു.

കീറിത്തുടങ്ങിയ ഷൂവിന്റെ ലേസ് കെട്ടി പുറത്തിറങ്ങുമ്പോൾ ഇന്നല യുടെ ഓർമ്മകൾ മാഞ്ഞിരിക്കും.

പുതുവത്സരരാവ് ആഘോഷിച്ചറങ്ങുന്ന ലോകം പുതുമകളില്ലാത്ത വിധം മൗനത്തിലാണ്.

പുതിയ വർഷം, പുതിയ മാസം, പുതിയ ആഴ്ച, കാലത്തിനെ പുതുക്കി നിശ്ചയിക്കുന്ന സങ്കല്പങ്ങളൊക്കെയും പ്രതീക്ഷയുടെ പുന:ക്രമീകരണ ങ്ങളാണ്.

നല്ലതാണ് -ഒന്നവസാനിച്ചതായും മറ്റൊന്ന് തുടങ്ങിയതായും ഉള്ള വിചാരങ്ങൾ.

പുതു നിശ്ചയങ്ങൾ, പുതു സൂചകങ്ങൾ, ന്യായീകരണങ്ങൾ!

പെട്ടുപോവുന്നവരുടെ ജീവിതങ്ങൾ കാലത്തിനകത്തെ കാരാഗൃ ഹങ്ങളാണ്. ചുമരുകളോ കാവൽക്കാരോ ഇല്ലാത്ത, വിചിത്രമായ

വാസസ്ഥലങ്ങളോ ഒളിയിടങ്ങളോ!

നടപ്പിന്റെ വേഗതയ്ക്കോ കാഴ്ചകൾക്കോ വ്യത്യാസമില്ല. ഇന്നല ത്തെ ആഘോഷങ്ങളിൽ വലിച്ചെറിഞ്ഞ കുപ്പികളും പൊട്ടിയ പടക്ക ങ്ങളുടെ വർണ്ണക്കടലാസ് കഷണങ്ങളും റോഡരികിൽ, വായനശാലാ മുറ്റത്ത്, പാർട്ടിയാപ്പീസ് പരിസരത്ത്, കവലകളിൽ ഒക്കെയും ചിതറി ക്കിടപ്പുണ്ട്.

ഒരേ ആഘോഷങ്ങൾ, ആഘോഷ സംഘങ്ങൾക്കേ മാറ്റമുള്ളൂ!

റോഡിൽ നിന്ന് പാടത്തേക്കിറങ്ങുമ്പോൾ സൂര്യൻ ഉദിച്ച് തുടങ്ങും. ഇരുട്ടിന്റെ ഒളിയിടങ്ങളിൽ നിന്ന്

വെളിച്ചത്തിലേക്കുള്ള ഇറക്കം മനസ്സിന്റെ കനം കുറയ്ക്കും. കാറ്റിന്റെ ഏറ്റവും മനോഹരമായ സാന്നിധ്യം പ്രഭാതത്തിലാണ്. ഡിസംബർ പുലരി സ്വർഗസങ്കല്പം പോലെ മനോഹരമായിരുന്ന ഈ നാട്ടിൽ. ഇപ്പോൾ വിങ്ങുന്ന മനസ്സിനു ചുറ്റും വിയർക്കുന്ന പുലരിയാണ്.

വയൽവരമ്പിലെ നടത്തത്തിനിടയിൽ ഉണങ്ങിത്തുടങ്ങിയ പുല്ലിനിട യിൽ അണലിപ്പാമ്പുകളുണ്ടാവാം. ദംശനത്തിന്റെ തീക്ഷ്ണത അനുഭവിച്ച ഒരാൾക്കറിയാം പാമ്പുബോധമെന്ന മാറാത്ത ഭീതിയെന്തെന്ന്.

ഷൂവിന്റെ കട്ടിയാർന്ന തോൽപ്പുറത്തു ദംശനം അസാധ്യമാണെന്ന ആത്മവിശ്വാസം മറ്റേതും പോലെ

ഒരു സുരക്ഷിതത്വ ബോധമാണ്.

ഇനിയങ്ങോട്ട് റെയിൽപ്പാളത്തിന് സമാന്തരമാണ് നടപ്പുവഴി.

ചിതറിക്കിടക്കുന്ന മദ്യക്കുപ്പികളിലും വെള്ളക്കുപ്പികളിലും കാൽതട്ടി വഴുതാതെ നോക്കണം. എങ്കിലും ആ അരോചക ശബ്ദത്തിൽ ഇഴജ ന്തുക്കൾ അപ്രത്യക്ഷമായേക്കാം.

പ്ലാറ്റ്ഫോമിന്റെ ചരിഞ്ഞ റാമ്പിലൂടെ കയറുമ്പോൾ നേരം ഏതാണ്ട് വെളുത്തിരിക്കും. ഉദയാസ്തമയത്തിന്റെ സമയം മാറിയാലും ഋതുക്കൾ പേരിനു മാറിയാലും സമയമെന്ന ബാധ്യതയിൽ മാറ്റമില്ല.

കാലത്തിനോ കാലാവസ്ഥയ്ക്കോ അനുസ്തുതമായി മാറാത്ത ഏകാന്തഭൂമിക പോലെ ഈ റെയിൽവെസ്റ്റേഷനും

ഈ വേദിയിലെ നാടകങ്ങളും ഇത്തിരി കഥാപാത്രങ്ങളും കാല പ്രവാഹത്തിലെ തുരുത്തു പോലെ അനന്യവും ആവർത്തന വിരസവു മാണ്.

'ഗുഡ് മോർണിംഗ് സർ' എന്ന സ്റ്റാളുകാരൻ കമ്മത്തിന്റെ

അഭിവാദ്യത്തിന് മറുപടി പറഞ്ഞു കഴിഞ്ഞാൽ തൊട്ടടുത്തുള്ള സിമന്റ് ബെഞ്ചിൽ ഇരിക്കാം.

കമ്മത്ത് ചന്ദനത്തിരി കത്തിച്ച വച്ച് നെയ്‌വിളക്ക് പലവിധം ദേവകളെ ചുറ്റിച്ച് എത്തമിട്ട കഴിഞ്ഞാൽ ചൂടുചായ ഒഴിക്കും. ചില്ലുഗ്ലാസ്സിന്റെ വക്കും പുറവും തുടച്ച് ഇംഗ്ലീഷ് പത്രവും ചായയുമായി വരും.

രണ്ടും ഭവ്യതയോടെ വച്ച്, ഉള്ള പല്ലുകൾ കാട്ടി ചിരിച്ച്, കൈകൾ നെഞ്ചിൽ ചേർത്തു വയ്ക്കും.

കുളിച്ച് നീട്ടിത്തൊട്ട കുറിയും വൃത്തിയായി വടിച്ച മുഖവും കമ്മത്തി നോട് വെറുപ്പ് തോന്നാതിരിക്കാൻ കാരണമാണ്.

ഒരിറക്ക് ചായ കുടിക്കുംവരെ കമ്മത്ത് നിൽക്കും. അതിനിടയിൽ അന്നത്തെ പത്രത്തിലെ വിശേഷങ്ങളും സൂക്ഷ്മാവലോകനവും മലയാള പത്രത്തോടുള്ള പുച്ഛവും പറഞ്ഞു കൊണ്ടിരിക്കും.

പത്രവാർത്തകളുടെ പരിണാമഗുപ്തി വരെ തീർന്ന നിലയ്ക്ക് അയാളെ പിണക്കാതിരിക്കാൻ ഒന്നു നിവർത്തി നോക്കും.

പ്രധാനമന്ത്രിയുടെയോ ഏതെങ്കിലും മുഖ്യമന്ത്രിയുടെയോ പൂർണ്ണ കായ പരസ്യം കണ്ടയുടൻ മടക്കിവയ്ക്കും.

'ബട എടുക്കട്ടെ?'

'ഉം'

വൃത്തിയായി മുറിച്ചവച്ച പത്രക്കടലാസ്സിൽ ഒരു ഉഴുന്നുവട ചമ്മന്തി ക്കുറി തൊട്ടുവിച്ച്കൊണ്ടുവയ്ക്കും.

ഒക്കെ മതാചാരം പോലെ കണിശവും കൃത്യവും അർപ്പണവുമാണ്.

ചായ തീരുമ്പോഴേക്കും ഗ്ലാസ് ഏറ്റവാങ്ങാൻ കമ്മത്ത് വന്നിരിക്കും.

'പോട്ടെ സർ, ഒന്നും ഓർക്കണ്ട, ഓരോന്നിനും ഓരോ തീരുമാന മുണ്ട്'

എന്താണാവോ അയാൾ ഉദ്ദേശിച്ചത്?

പച്ചപ്പാടങ്ങൾക്ക് നടുവിൽ ആരോ മറന്നുവച്ചതുപോലെയുള്ള ഈ റെയിൽവെ സ്റ്റേഷനും പരിസരവും പത്തു നാൽപതു വർഷമായി തന്റെക്കൂടി ഇടമാണ്.

തന്റേത് മാത്രമൊന്നുമല്ല, നിയോഗം പോലെ ഇവിടെ നിലനിന്നു പോരുന്ന ജീവികളോ ജീവിതങ്ങളോ ജീവനില്ലെന്നു നമുക്ക് തോന്നുന്ന മറ്റുള്ളവയോ ഇതിന്നവകാശികളാണ്.

കാലത്തിന്റെ പ്രവാഹമോ നിശ്ചലതയോ രേഖപ്പെടുത്താവുന്ന

ഏകാന്തമായ ഒരു കുഞ്ഞു തുരുത്ത്. വൈദ്യുത ലൈനുകൾക്ക് പോലും ആവർത്തനത്തിന്റെ വിരസത ഉണ്ടോ എന്ന തോന്നും.

കമ്മത്ത് കൊങ്ങിണി നാട്ടിൽ നിന്ന് വർഷങ്ങൾക്ക മുമ്പ് കള്ളവ ണ്ടി കേറി വന്നുപെട്ടതിന്റെ കൗമാര യൗവനകാലകഥകൾ പലവട്ടം കേട്ടിട്ടുണ്ട്.

റെയിൽവേസ്റ്റേഷൻമാസ്റ്റർമാരുടെ സഹായിയായി വന്നുകൂടിയ

പയ്യൻ

എഴുപതോടടുക്കുമ്പോഴും കടുകിടവ്യത്യാസമില്ലാതെ ഇങ്ങനെ ജീവിക്കുന്നത് എന്തിനു വേണ്ടിയാണോ എന്തോ?

പ്രേമനൈരാശ്യത്തിന്റെ ആഘാതത്തിൽ നാട്ടുവിട്ട കമ്മത്തിന് സ്ത്രീവിരോധവും ജാതിവിരോധവും കലശലാണ്. എങ്കിലും തീവ്രമായ എന്തോ ഒന്ന് കമ്മത്തിന്റെ കട്ടിക്കണ്ണടകളെ ഊരിത്തുടപ്പിക്കാറുണ്ട്.

'നമ്മളൊക്കെ ഇങ്ങനെ പോവും സാർ'

കമ്മത്തിന്റെ വാചകങ്ങൾ ഇങ്ങനെയാണ് അവസാനിക്കുക!

കഴിഞ്ഞ ന്യൂ ഇയർ ഈവിലാണ് അവൻ പോയത്-

പ്ലാറ്റ്ഫോം റാംപിലേക്ക കയറുമ്പോൾ തന്നെ എതിരേൽക്കുന്ന വെറുമൊരു മുടന്തൻനായ.വൈകല്യത്തിന്റെ പരാധീനതയിലും പ്ലാറ്റ്ഫോം കാവൽക്കാരനും അത്യപടകാരിയെന്ന് പലരെക്കൊണ്ടും പറയിക്കുന്ന നാടൻനായ 'നാണു'.

നാണു എന്നും, കമ്മത്തിന്റെ സ്റ്റാൾ വരെ, തന്നെ അനുഗമിക്കാറ ണ്ടായിരുന്ന.

താൻ സിമന്റുബെഞ്ചിൽ ഇരുന്നാൽ അവൻ ചോട്ടിൽ കിടക്കും.

പത്തു രൂപയുടെ ബിസ്ക്കറ്റ്പാക്കറ്റ് പകുതി അവനു പൊളിച്ച കൊടുക്കും. ബാക്കി കമ്മത്തിന്റെ ഡബ്ബായിൽ ഇട്ട വയ്ക്കും.

നരച്ച പുരികവും വിരിഞ്ഞ ആർദ്രമായ കണ്ണുകളും നാണുവിന്റെ ശാന്തതയ്ക്ക് ആഴം കൂട്ടുന്നവയാണ്.

കാലുകൾ നീട്ടി കോട്ടുവായിട്ട് ചരിഞ്ഞാണ് മയക്കം.

നാണു അവിടത്തെ ഏകാന്ത കഥകളിൽ സഹയാത്രികനായിട്ട് അഞ്ചെട്ടുവർഷമായി കാണും.

തനിച്ചാവാൻ കണ്ണടച്ചിരിക്കുക എന്നത് തന്റെ ശീലമാണ്. കണ്ണട ച്ചിരിക്കുമ്പോൾ വിചിത്രമായ രംഗദൃശ്യങ്ങളിലൂടെ സഞ്ചരിക്കുന്ന ഈ ലോകം ലോകമേ അല്ല.

 കാഞ്ഞിര കഥകൾ

ഏകാന്തതയുടെ അമൂർത്ത ചിത്രങ്ങൾ പകർത്തുന്ന ചിത്രകാരന്മാർ ക്ക് വരച്ചെടുക്കാൻ കഴിഞ്ഞേക്കാവുന്ന, കാലത്തിൽ നിന്ന് കാലാതി വർത്തിയായി നീണ്ടുപോവുന്ന പാളങ്ങൾ പച്ചപ്പിൽ പതിഞ്ഞു കാണാം. പാടങ്ങളിൽ നെല്ലോ കളയോ അല്ല, പച്ചപ്പാണ്, വെറും പച്ചപ്പ്.

ഏതാണ് കള? ഏതാണ് വിള?

ആസ്ബെസ്റ്റോസ് മേഞ്ഞ റെയിൽവെസ്റ്റേഷനിൽ നാലാമത്തെ വെള്ളിത്തൂണിൽ താമസമുള്ള ഒരു മാടപ്രാവുണ്ട്. അത് ചിറകടിച്ച് പറന്ന് പോയാൽ ആദ്യത്തെ ട്രെയിൻ വരും.

ആ ട്രെയിന് ഇവിടെ സ്റ്റോപ്പില്ല. ചടപടാ എന്ന കാലാന്തരത്തിലേ ക്ക പായുംമട്ടിൽ ആ വണ്ടി കടന്ന പോകുമ്പോൾ കണ്ണുതുറക്കാറില്ല!

പത്തുമിനിറ്റ് കഴിഞ്ഞാൽ എതിരെ മറ്റൊന്ന്. പിന്നെ വരുന്നപാസ ഞ്ചർട്രെയിനിൽ ആളിറങ്ങാനും മൂന്നാലുപേർ കയറാനും കാണും.അത് വരുംമുമ്പേ മടങ്ങിയേ പറ്റൂ.

പാറുവേടത്തി എന്ന വൃദ്ധ അടിച്ച് വാരാനെത്തുമ്പോൾ 'സാറെ, സുകം, അല്ലെ' എന്ന ചോദിക്കും.

അവർക്ക ഇടയ്ക്കിടയ്ക്ക് പത്തോ ഇരുപതോ കൊടുക്കാറുണ്ട്. ഓണത്തിന് ഒരു സാരിയും.

നീലസാരി കയറ്റിക്കുത്തി പാറുവേടത്തി അടിച്ചുവാരിക്കഴിഞ്ഞാൽ ബക്കറ്റിൽ വെള്ളം പിടിക്കും.

പ്ലാറ്റ്ഫോമിനോട ചേർന്ന് വലിയ രണ്ട മരങ്ങളുണ്ട്. പടർന്ന നിൽ ക്കുന്ന ഒരു മാവും പിന്നെ പ്ലാശി പോലെ വലിയ ഇലകളും വെളുത്ത തൊലിയുമുള്ള, പ്ലാശി പൂവുപോലെ തത്തച്ചുണ്ടും കടും ചുവപ്പുമുള്ള പൂവ് പൊഴിയുന്ന മറ്റൊരു മരം.

ഇവർ പ്രണയനിബദ്ധരാണെന്ന് സങ്കല്പിക്കാൻ ശ്രമിച്ചിട്ടുണ്ട്. പക്ഷെ അവർ ശിഖരങ്ങൾ കൊണ്ട പോലും പരസ്പരം തൊടുന്നില്ല.

സമൃദ്ധമായ മാവിലകൾ പ്ലാശി മരച്ചോട്ടിൽ സമർപ്പിച്ച പോലെ കാണാം. മാമ്പുക്കളും ഉണ്ണികളും കണ്ണിമാങ്ങകളും പഴുത്ത ചക്കര മാങ്ങകളും അവളുടെ കണ്ണീർ പോലെ പ്ലാശിച്ചോട്ടിൽ വീണ കിടക്കും.

ഇറ്റവീണ ചോരക്കണ്ണീർ പോലെ അവന്റെ പൃഷ്ങ്ങൾ മാഞ്ചോട്ടിലും മരക്കൊമ്പിലും ആരാധിച്ച പോലെ ചിതറി കിടക്കുന്നു.

എന്നിട്ടുമെന്തേ ഇവരിങ്ങനെ അന്യരായി!

പാറുവേടത്തി മൂന്നനാല് ബക്കറ്റ വെള്ളം മാഞ്ചോട്ടിലൊഴിക്കും.

തന്നോട് പറയും:

'പാവമല്ലേ സാർ, എത്ര മാങ്ങയാ ഓള് നമ്മക്ക് തരുന്നേ?'

പ്ലാശിച്ചോട്ടില്യം അവർ രണ്ടു ബക്കറ്റ് ഒഴിക്കും:

'ഓൾക്ക് മാത്രം കൊട്ടക്കുമ്പോൾ ഓന് സങ്കടാവ്വലേ സാർ?'

തനിക്കാവട്ടെ, ഈ കഥാപാത്രങ്ങളെ മനസ്സിലാക്കാൻ പറ്റുന്നില്ല. അവരെ വിട്ട് മറ്റൊന്നും തന്റെ മനസ്സില്യമില്ല.

നാണുവിന്റെ കഥയല്ലേ? അത് പറയാം:

നാണു കഴിഞ്ഞ ഡിസംബറിൽ നന്നേ അവശനായിരുന്നു. കണ്ണക ളിൽ പീള കെട്ടി, നടപ്പിന്റെ വേഗം കുറഞ്ഞ്, മെലിഞ്ഞു കിതച്ചുകൊണ്ട്, നിന്നുനിന്ന് നടക്കുന്ന അവനു തീരെ വയ്യ. അശേഷം വയ്യ.

നിർബന്ധിച്ചാൽ രണ്ടു ബിസ്ക്കറ്റ് തിന്നും. ഇത്തിരി വെള്ളം കുടിക്കും.

'നാണ്വന് ബെരുത്താണല്ലോ സാർ. ഓന് കയ്യ്ന്നില്ല!'

അന്ന് ചായകുടി കഴിഞ്ഞു കണ്ണടച്ചിരിക്കുമ്പോൾ മാടപ്രാവ് വല്ലാതെ കുറുകിക്കൊണ്ടിരുന്നു. ചിറകടിച്ച് അലോസരപ്പെടുത്തിക്കൊണ്ടിരുന്നു.

പതിവിലേറെ പ്ലാശിപ്പൂക്കൾ കൊഴിഞ്ഞു വീണു.

പാറുവേടത്തി പനി പിടിച്ച് ആശുപത്രിയിലാണ്.

സിമന്റ് ബെഞ്ചിനു താഴെ കിടന്ന നാണു പായുന്ന കാലവണ്ടിച്ചക്ര ത്തിലേക്ക് എടുത്തു ചാടുന്നതു കണ്ട തനിക്കും കമ്മത്തിനും നിസ്സഹാ യരായി ഇരിക്കാനേ കഴിഞ്ഞുള്ളൂ.

നാണു ചിതറിയ കഷണങ്ങളായി. അവ പെറുക്കിക്കൂട്ടി റെയിൽവെ ലൈനിനു താഴെ കുഴിച്ച മൂടിയപ്പോൾ സ്റ്റേഷൻ മാസ്റ്റർ അബ്ദുള്ളയുടെ കണ്ണകൾ നിറഞ്ഞിരുന്നു.

കുന്തോട്ടിക്കാടുകൾ കൊണ്ട് കുഴി മൂടി മടങ്ങുമ്പോൾ കണ്ണീർ വരണ്ട താനും കമ്മത്തും കൈകൾ കോർത്തു പിടിച്ചു.

ഇന്നത്തെ പുതുവർഷപ്പുലരിയിൽ കമ്മത്തും താനും ആ കുറന്തോ ട്ടിക്കാട്ടിൽ പോയി.

ഒരു പാക്കറ്റ് ബിസ്ക്കറ്റ് പൊട്ടിച്ച് അടയാളക്കല്ലിനു ചുറ്റും വിതറി.

മാടപ്രാവ് വട്ടമിട്ടു പറന്നു താഴെ ഇരുന്നു.

കമ്മത്തു പതുക്കെ പറഞ്ഞു:

'അബ്ദുള്ള മാസ്റ്റർക്ക കാൻസറാണ സാർ.. തൊണ്ടേലാ..മങ്ങലാരത്താ.

                           കാഞ്ഞിര കഥകൾ

ഒന്നു പോയാലോ?'

'പോവാം, പോവണം.'

'പുതിയ മാഷേ പരിചയപ്പെടണ്ടേ?'

'വേണോ?'(പുതിയ ഒരു സങ്കടം കൂടി)

'പാവാ, കല്യാണം കൈയിഞ്ഞിട്ല. കാസർകോട്ടകാരനാ.
സാറിനെ പരിചയപ്പെടാൻ പറഞ്ഞിനി.'

'ഇന്ന് വേണ്ട.'

വീണ്ടും സിമന്റുബെഞ്ചിൽ കണ്ണടച്ചിരുന്നപ്പോൾ കാലത്രികോണ
ങ്ങൾക്കിടയിൽ ഒരു ബിന്ദു പോലെ, കാലത്തിൽ നിന്നും കാലത്തിലേ
ക്ക ഓടുന്ന വണ്ടികൾ മങ്ങിക്കൊണ്ടിരുന്നു.

നിലവിളി ശബ്ദത്തിൽ വന്നുനിന്ന കറുത്ത നിറവും നരച്ച പുരികവുമു
ള്ള വണ്ടിയുടെ തീക്ഷ്ണമായ കണ്ണുകൾ ചോദിച്ചു:

'പോകണ്ടേ.'

'ഉം.'

നീണ്ടുകിടക്കുന്ന നാണുവണ്ടി തേങ്ങിക്കൊണ്ട് മുന്നോട്ട മുടന്തി.

അശരണർ നിറഞ്ഞ ആ വണ്ടി നിലവിളിയടക്കാതെ പാളങ്ങളില്ല
ടെയും പാളങ്ങളില്ലാതെയും പാഞ്ഞുകൊണ്ടിരുന്നു...

**

കടൽക്കാഴ്ച

പതിവുപോലെ ഒരു മുപ്പതു വിസ്കിയും ഒരു സിഗരറ്റുമായി ബാൽ ക്കണിയിലെ ചാരുകസേരയിലിരിക്കുമ്പോൾ നേരം ആറുമണി.

കടൽക്കരയിലെ ഫ്ലാറ്റിലേക്ക് വീശിയടിക്കുന്ന കാറ്റിനു ഉപ്പ രസവും ഉണങ്ങിയ മത്സ്യത്തിന്റെ ഗന്ധവുമുണ്ട്. ആരും വിളിക്കാതിരിക്കാൻ ഫോൺ നിശ്ശബ്ദമാക്കി. നേർത്ത ശബ്ദത്തിൽ പാട്ടുകൾ വെച്ച കേൾക്കു മ്പോൾ ചിലപ്പോൾ കാലം പിറകോട്ട പോവും. നഷ്ടമെന്നും ലാഭമെന്നും പശ്ചാത്താപമെന്നുമൊക്കെയുള്ള ഏതു വിചാരവും ബാധ്യതയാണ്. ഭാര്യയെക്കുറിച്ചും മക്കളെക്കുറിച്ചും ആശങ്കപ്പെടുകയും അഭിമാനം കൊള്ളുകയും ചെയ്യുന്ന ശരാശരി വൃദ്ധന്റെ സ്വഭാവശുദ്ധി

മറ്റൊരു ബാധ്യതയാണ്.

വിസ്കി പകുതിയാവുമ്പോൾ സിഗരറ്റ് പകുതിയാവും. 'പുകവലി ആരോഗ്യത്തിനു ഹാനികരം', 'മദ്യപാനം ആരോഗ്യത്തിനു ഹാനികരം' എന്നുമുള്ള മന്ത്രം ഇടയ്ക്കിടെ ഉരുവിട്ടന്നത് നല്ലതാണ്.

കടൽ ഇരുട്ടിലേക്ക് വീഴാൻ തുടങ്ങുന്നു. കർട്ടൻ വീഴും മുമ്പേ കടൽ ക്കാഴ്ച കാണുന്നത് വിഷാദത്തിന്റെ സംഗീതത്തിൽ സ്വയമറിഞ്ഞ ഒരു നീറ്റൽ ഉണ്ടാക്കും. സുഖാനുഭവങ്ങൾക്കൊപ്പമോ ശേഷമോ നീറ്റലിന്റെ സാന്നിദ്ധ്യം ഏതിലും അടങ്ങിയിട്ടുണ്ടല്ലോ?

ഇന്ന് കടപ്പുറം ശൂന്യമാണ്. ഒന്നുകിൽ ടി വി യിൽ ക്രിക്കറ്റ് കളി ഉണ്ടാവാം. അല്ലമല്ലെങ്കിൽ മറ്റ ബീച്ചുകളിൽ പരിപാടികളോ പട്ടക്കുറ്റൻ ജാഥകളോ റോഡ് ബ്ലോക്കോ.

ചവോക്ക് മരങ്ങൾ പെട്ടെന്ന് ആടിയുലയുകയും ആകാശത്തു മിന്നൽ പിണരുകൾ പൊട്ടിക്കീറുകയും ചെയ്തു. ആകാശ വേരുകൾ സ്വർണ്ണം കൊണ്ടാണെന്ന കുട്ടിക്കാലത്തെ അറിവിനു പുതുമ നഷ്ടപ്പെട്ടിട്ടില്ല.

ഒരു ചവോക്ക്മര ചുവട്ടിൽ രണ്ടുപേർ കടലിന അഭിമുഖമായി ഇരി ക്കുന്നുണ്ട്. വേഷം കൊണ്ട് ആണോ പെണ്ണോ എന്ന് മനസ്സിലാക്കാൻ പറ്റുന്നില്ല. ആരായാലെന്താ?

ചുമ കൊണ്ട് സിഗരറ്റ് തീർക്കാൻ പറ്റുന്നില്ല.അതിനെ ഗ്രില്ലിനു താഴത്തെ പടിയിൽ കിടത്തി അടുത്ത മുപ്പതു കൂടി ഒഴിച്ചു.

ആൾരൂപങ്ങൾ കൂടുതൽ അടുക്കുകയോ അകലുകയോ ചെയ്യുന്നില്ല. കമിതാക്കൾ ആയിരുന്നുവെങ്കിൽ കിട്ടിയ സ്വകാര്യതയിൽ പരസ്പരം ചുംബിക്കുകയും കെട്ടിപ്പിടിക്കുകയും അതിൽ കൂടിയ ചേഷ്ടകളിലേക്കു കടക്കുകയോ ചെയ്യുമായിരുന്നു.

കുറ്റവാളികളോ തീവ്രവാദികളോ ആണെങ്കിൽ ഇത്രയേറെ നേരം പൊതു ഇടത്തു ഇരിക്കുമോ?എന്തുകൊണ്ടില്ല?സ്വവർഗ്ഗാനുരാഗികളോ കവികളോ ആണെങ്കിലും കൂടുതൽ ചട്ടലമാവാനാണ് സാധ്യത.

ആര് എന്നത് എന്തിനു നോക്കണം?ഈ കടപ്പുറം തന്റേതാണോ, സാമൂഹിക രക്ഷാകർത്തൃത്വമോ സദാചാര സംരക്ഷണമോ തന്റെ ബാധ്യതയല്ല.

വിരമിച്ച വൃദ്ധന്റെ നിറംകുറഞ്ഞ ഏകാന്ത സായാഹ്ന ത്തുത്തിൽ വെറുതെ നിഴൽ പോലെ രണ്ടു കഥാപാത്രങ്ങൾ!

ഇരുട്ട് കൂടുതൽ തീവ്രമാകുന്നു എന്ന് തോന്നിയെങ്കിലും ഹൈമാസ്റ്റ് ലാമ്പുകൾ നിലാവിന്റെ ശോഭ കെടുത്തും വിധം പ്രകാശം കോരിച്ചൊ രിഞ്ഞു.

ഓ അവർ കൈകോർത്താണ് ഇരിപ്പ്, സംസാരം കുറവാണ്, പരസ്പരം നോക്കുന്നുണ്ട്. രണ്ടു പേരും ഈ ലോകത്തിന്റെ ഭാഗമേ അല്ല എന്ന മട്ടിൽ ബോധമില്ലാത്ത വിധം അനന്യമായ സ്വകാര്യതയിലാണ്. നേരം ഇരുട്ടുന്നതോ രാത്രിയാവുന്നതോ അവരിൽ ഒരാശങ്കയും ഉണ്ടാ ക്കുന്നതായി തോന്നുന്നില്ല.

വീണ്ടും മിന്നൽ, ഇടിവെട്ടില്ലുള്ള ഭീതി ചെറുപ്പത്തിലേ ഉള്ളതാണ്. കട്ടിലിൽ കേറി വാതിലടച്ചിരുന്നു വിറക്കുന്ന അമ്മാവന്റെ ഓർമ്മക ളാണ് പുതുമഴ കാലത്തിന്. ഇപ്പോൾ പുതുമഴ എന്നോ തുലാമഴ എന്നോ ഒന്നും ഇല്ലല്ലോ? ഒക്കെ ന്യൂനമർദ്ദമാണ്. ന്യൂനതകളാണ്

പൂർണ്ണതകളേക്കാൾ ചട്ടലം.

ഇടിമിന്നലിന്റെ വെളിച്ചത്തിൽ അവരെ കാണാം. ആണും പെണ്ണും തന്നെ,പരസ്പരം കൈകോർത്തും ഇടക്കിടക്ക് സംസാരിച്ചും അവർ അവിടത്തന്നെ ഇരിക്കുകയാണ്.

തന്റെ ഉള്ളിലെ രക്ഷിതാവിന്റെ ഹൃദയം മിടിക്കാൻ തുടങ്ങി. ഈ കുട്ടികൾ എന്തിനുള്ള പുറപ്പാടാണ്? ആത്മഹത്യയോ നാട് വിടലോ, എന്താവും പദ്ധതി? ഇടിമിന്നലോ ഉയർന്നു വരുന്ന തിരമാലകളോ അവരെ അലട്ടുന്നില്ല! ഇരിപ്പിന്റെ അകലത്തിൽ പോലും മാറ്റമില്ല.

കാറ്റ് വീശാൻ തുടങ്ങി. ദൂരക്കാഴ്ചയിൽ ചില വള്ളങ്ങൾ കാണാം. കാഴ്ചയുടെ മനോഹാരിത വിസ്മയിയുടെ അയവിൽ ആസ്വദിക്കാൻ പറ്റാത്തവിധം ഇവർ ശല്യപ്പെടുത്തുന്നു.

മഴ പെയ്തു തുടങ്ങി. കാറ്റിലാടുന്ന ചവോക്ക് മരങ്ങളും തിരമാലകളുടെ അലർച്ചയും ഒക്കെ കൂടി പതിവിൽ കവിഞ്ഞ ഭീതിയുണ്ടാക്കുന്നു. ഈ കുട്ടികൾ- ഇവർ മാത്രമാണ് തന്റെ വേവലാതി.

അവർ അനങ്ങുന്നില്ല. ആദ്യമൊക്കെ തല കൈ കൊണ്ട് മറക്കുകയും തടവുകയും ചെയ്യുന്നുണ്ടായിരുന്നു. പെരുമഴയുടെ കട്ടി നാരുകൾ കാറ്റിൽ ചരിഞ്ഞിറങ്ങുന്നത് കാണാൻ രസമുണ്ട്.

പക്ഷേ, എന്റെ കുട്ടികൾ എന്താണിങ്ങനെ? അവർക്കെന്തേ പേടിയില്ലാത്തത്!

ഒരു കൂറ്റൻ തിരമാല വന്നാൽ, കൊടും മിന്നലും പൊട്ടിക്കീറുന്ന ഇടിയും വന്നാൽ, ഏതെങ്കിലും സാമൂഹ്യവിരുദ്ധരുടെ ശ്രദ്ധയിൽ പെട്ടാൽ ......

എല്ലാവിധ ഭയങ്ങളും തന്റെ ഉള്ളിൽ എരിയാൻ തുടങ്ങി. ഒരു വിസ്കി കുടി, ഒരു സിഗരറ്റ കുടി.

ബാൽക്കണിയിൽ മഴച്ചില്ലടിക്കുന്നുണ്ട്. അകത്തേക്ക് പോയാലോ?

എങ്ങനെ പോവും? എന്റെ കുട്ടികൾ ഒരു ശ്രദ്ധയും വിചാരവുമില്ലാതെ ഈ കടപ്പുറത്തെ നനഞ്ഞ മണ്ണിൽ ഇങ്ങനെ ഇരിക്കുമ്പോൾ എങ്ങനെ?

കസേര ചുമരിനോട്ചേർത്തിട്ടു. സിഗരറ്റ കത്തിച്ചതും കറന്റും പോയി! ആകെയുള്ള വെളിച്ചം സിഗരറ്റിന്റെ തലപ്പിൽ മാത്രമാണ്. എരിയുന്ന സിഗരറ്റിന്റെ മറ്റെ അറ്റത്തെ പിതാവ് രണ്ട ആൻജിയോപ്ലാസ്റ്റിയും ഒരു ബൈപാസ്സും ചെയ്ത ഹൃദയത്തിന്റെ കരുത്തിൽ അടങ്ങിയിരുന്നു.

കറന്റ് വന്നു. വെളിച്ചത്തിന്റെ ശക്തിയും തെളിച്ചവും കുടിയിട്ടുണ്ട്. മഴയുടെ ശക്തി കുറയാൻ തുടങ്ങുന്നു. ചവോക്ക് മരങ്ങളുടെ ആട്ടം കുറഞ്ഞിട്ടുണ്ട്.

എവിടെ കുട്ടികൾ? അവർ അവിടെ തന്നെയുണ്ട്. ഇവർ മനുഷ്യർ അല്ലെന്നുണ്ടോ?

പ്രതിമകൾ, യക്ഷരോ ഗന്ധർവ്വരോ കിന്നരരോ!

മഴ മാറിയിരിക്കുന്നു. താഴത്തെ തട്ടുകട വണ്ടി ഉരുണ്ട വന്നു നിന്നു.

വിശക്കുന്നുണ്ട്, ഒന്നും ഉണ്ടാക്കാൻ ഓർത്തില്ല, ഓർഡർ ചെയ്യാനും സാധിച്ചില്ല.

തട്ടുവണ്ടിക്കാരൻ പുളിച്ച മാവ് പ്ലാസ്റ്റിക് ബക്കറ്റിൽ കലക്കാൻ തുടങ്ങി. വലിയ തട്ട് ഗ്യാസടുപ്പിൽ കേറ്റി വെച്ചു. എണ്ണയൊഴിച്ച ചല്ല കൊണ്ടു പരത്തി.

മുട്ടകളുടെ കാർബോർഡ് കാർട്ടനുകൾ അട്ടക്കിവെച്ചു. പാതി വെന്ത ഗ്രീൻപീസും ചട്ടിണി പാത്രവും നിരത്തി.

ഒരു മോട്ടോർ സൈക്കിളിൽ രണ്ടു പേരെത്തി. അവർക്കായി ഓംലെറ്റും ഗ്രീൻ പീസും തയ്യാറാക്കുന്ന കടക്കാരൻ കൈകഴുകാൻ ചളുങ്ങിയ അല്യുമിനിയ പാത്രത്തിൽ നിന്ന് വെള്ളം കറുത്ത ബക്കറ്റി ലേക്ക ഒഴിച്ച അതിലൊന്നിൽ രണ്ടു മഗ്ഗം ഇട്ടു.

മൂക്ക് ചീറ്റി വന്ന തോളിലിട്ട ടവ്വലിൽ മുഖം തുടച്ച മുട്ട പൊട്ടിച്ചൊഴിച്ചു.

വാർദ്ധക്യത്തിന്റെ വിശപ്പിലേക്ക മാദക ഗന്ധം എത്തുംപോലെ.

പക്ഷേ ഇനി ആ കുട്ടികളെ ഇനി ആര് നോക്കും? ഓ അതിനു അവർ ആരാണ്?

വാക്കിങ് സ്റ്റിക്കിൽ പിടിച്ച ലിഫ്റ്റിൽ കേറി.

എന്താ സാർ പതിവില്ലാതെ രാത്രി? എന്ന സെക്യൂരിറ്റിക്കാരന്റെ ചോദ്യത്തിന് ഇപ്പോ വരാം എന്ന് മാത്രും മറുപടി നൽകി.

തട്ടുകടയിൽ മുൻപിൽ നിരത്തിയ പ്ലാസ്റ്റിക് സ്റ്റൂളിൽ വീഴാതെ ഇരുന്നു.

എന്ത് വേണം സർ?

മൂന്നു ഡബിൾ ഓംലറ്റ്, മൂന്നു വീതം തട്ട് ദോശ!

മൂന്നോ?

വണ്ടിക്കാരൻ അമ്പരന്നു.

അതേ, രണ്ടു പേർ വരാനുണ്ട്.

അവർ വന്നു കഴിഞ്ഞിരിക്കുന്നു !ജീൻസും ടി ഷർട്ടും ഇട്ട രണ്ടു പേർ. ഇരുപത്തഞ്ചോ ഇരുപത്തെട്ടോ പ്രായമുള്ള ചുറുചുറുക്കുള്ള കുട്ടികൾ. ആകെ നനഞ്ഞിരിക്കുന്നു.

ഗുഡ് ഈവനിംഗ് അങ്കിൾ.

തിരികെ കൊടുത്ത ഗുഡ് ഈവനിംഗിന് കനം കൂടിയോ?

രണ്ടു പേരും തന്റെ രണ്ടുഭാഗത്തുമായി ഇരുന്നു.

മൂന്നു പ്ലേറ്റും റെഡി.

കുട്ടികൾ അമ്പരന്നു. ഇതു ഞങ്ങൾക്കാണോ?വരുമെന്ന് എങ്ങനെ അറിഞ്ഞു?

വരും, നിങ്ങൾ വന്നേ പറ്റൂ, അതെന്റെ ആവശ്യമാണ്!

അല്ല മക്കളേ, ഈ ഇടിയിലും മഴയിലും നിങ്ങൾ എത്ര നേരമായി ഈ വിജനമായ കടപ്പുറത്ത്?

ഇല്ല അങ്കിൾ, ഒന്നും സംഭവിക്കില്ല. അത്രമാത്രം ഞങ്ങൾ പ്രണയ ത്തിലാണ്.

പിന്നെ ഒരു കാരണം കൂടിയുണ്ട്. ഞങ്ങൾക്കായി ഒരു അങ്കിൾ കാത്തിരിപ്പുണ്ട്!

രണ്ടുപേരുടെയും തണുത്ത കൈകളെ രണ്ടു കയ്യിലും ഏറ്റു വാങ്ങി. പരസ്പരം ചേർത്തു .മൂർദ്ധാവിൽ ചുംബിച്ചു.

അവർ ഓരോ കവിളിലും. കാലു തൊട്ടു വന്ദിച്ചു.

തട്ട് ദോശയും ചൂടുള്ള ഓംലെറ്റും കഴിച്ചു.

ഒരു സിഗരറ്റ ബാക്കി ഉണ്ട്, അത് കത്തിച്ചു.

ഇരു കയ്യും പിടിച്ചു കുട്ടികൾ ലിഫ്റ്റ് വരേ വന്നു.

അവരുടെ കണ്ണുകളിൽ നനവ് പോലെ.

തന്റെ കണ്ണുകൾ നിറഞ്ഞിട്ടുണ്ട്.

ലിഫ്റ്റ് കനമില്ലാത്ത വിധം മുകളിലേക്ക് കുതിച്ചു.

****

ദ്വന്ദ്വം

ഉണ്ണി ഈ നഗരത്തിലെത്തിപ്പെട്ടത് യാദൃച്ഛികമായിരുന്നു. ഇറങ്ങേ ണ്ടിടത്ത് ഇറങ്ങാനായില്ല, ഉറങ്ങിപ്പോയി.

ചീത്ത വിളി കേട്ടാണുണർന്നത്. നോക്കിയപ്പോൾ നഗരമാണ് മുന്നിൽ. ചീത്ത വിളിച്ചവന്റെ വായിൽ നൂറുരൂപാ നോട്ടു തിരുകി ഇറങ്ങി നടന്നു.

പിന്നെയെല്ലാം പതിവുകഥകൾ ...

പച്ചവെള്ളവും ബസ്സ്റ്റാൻഡും വെയ്റ്റിംഗ് ഷെഡുമൊന്നുമല്ല.

കാരണം, കയ്യിൽ പണമുണ്ടായിരുന്നു.

ഒടുക്കം ഒരു ബ്രോക്കർ ഉണ്ണിയെ ഈ ലോഡ്ജിലെത്തിച്ചു.

നീണ്ട മുറി - ഒരു കുഞ്ഞു ജനവാതിൽ - ഇരുട്ട്.

തന്റെ താവളങ്ങൾക്കൊക്കെ ഒരു ഗുഹാപ്രകൃതമായിരുന്നല്ലൊ എന്നും.

ഒരു മാസത്തോളം വിശേഷിച്ച് വേലകളൊന്നുമെടുത്തില്ല.

അത്യാവശ്യം വായനയും മദ്യപാനവും ഉറക്കവും.

കാശ് തീരാറായപ്പോഴാണ് എന്തെങ്കിലും പണി ചെയ്യ്യേ പറ്റൂ എന്നായത്.

ഉണ്ണി എബ്രഹാമിന് പല പണികളുമറിയാം.

ട്യൂഷൻ -നാടകമെഴുത്ത് - മാജിക് - ചാരായം വാറ്റവരെ ചെയ്തിട്ടുണ്ട്.

ഒരേ പണി സ്ഥിരമായി കൊണ്ടുനടക്കുകയെന്നത് ഉണ്ണിയെ സംബ ന്ധിച്ച് അചിന്ത്യമാണ്.

അങ്ങനെയങ്ങനെ രാമചെട്ടിയാരുടെ മകൻ ഗണേശന്റെ തരികിട

ബിസിനസ്സിലും പങ്കാളിയായി.

നേരിട്ട വില്പന നടത്തിക്കൂടാത്ത, എന്നാൽ സദാചാരികൾ ഒരിക്ക ലെങ്കിലും കയ്യിൽ കിട്ടാൻ കൊതിക്കുന്ന സാഹിത്യത്തിന്റെ കച്ചവട മാണ് ഗണേശന്.

ഇക്കിളി മാസികകളും അശ്ലീല പുസ്തകങ്ങളും ചൂടപ്പം പോലെ വിറ്റ പോകുന്നവയാണല്ലോ.

ആ കച്ചവടം നല്ല നിലയിൽ കൈകാര്യം ചെയ്യാൻ ഉണ്ണിക്കറിയാം.

മാറ്ററകളൊക്കെ ഉണ്ണി തന്നെയാണ് പല പേരുകളിൽ പടച്ചുണ്ടാ ക്കുന്നത്. യഥാർഥ അനുഭവങ്ങളെന്ന തോന്നിപ്പിക്കുന്ന പംക്തികൾ, കുറിപ്പുകൾ, കഥകൾ, ചോദ്യോത്തരങ്ങൾ ... ഒക്കെയും ഇക്കിളിപ്പെട്ട ത്തുന്നതും ലോലവ്യമായ പല തരത്തിലുള്ള മസാലകൾ.

വരയും കവറും നിർവഹണം പിക്കാസോ ആർട്സ് എന്ന പ്രകാശൻ പുളിമ്പറമ്പ്.

പാകപ്പെട്ട് കയ്യിലെത്തിയാൽ ഗണേശൻ ചെട്ടിയാർ അതിവേഗം സംഗതി അച്ചടിച്ച പുറത്തിറക്കും. പിറ്റേന്ന് ലോഡ്ജിനു മുൻപിൽ ഇഞ്ചിമിഠായി വില്പനക്കാർ തൊട്ട് കർപ്പൂരക്കച്ചവടക്കാർ വരെ പല ജാതിക്കാർ പൊതിയും. പണം റൊക്കം; പറ്റൊന്നുമിവിടെയില്ല.

ഈ വ്യാപാരത്തിന് താരതമ്യേന അധ്യാനം കുറവാണെന്നു കണ്ടല്ലോ. ആവശ്യത്തിന് വരുമാനവും. ഫിഫ്റ്റി ഫിഫ്റ്റിയാണ് പങ്കുവയ്പ്.

ആദ്യപുസ്തകം 'മൈഥനത്തിന്റെ ദിവ്യപ്രകാശം' ആയിരുന്നു. സംഗതി ക്ലിക്കായപ്പോൾ രണ്ടാമതിറക്കിയത് 'മൈഥുന വ്യായാമങ്ങൾ.' ഗ്രന്ഥകർത്താക്കളുടെ നാമങ്ങൾ മാറി മാറി വന്നു.

ആദ്യത്തേത് ഗംഗാധര കൈമൾ എന്ന നാമധേയത്തിൽ. അടുത്തത് അരുണ കേദാരം എന്നയാൾ. പോലീസിന്റെ പിടി വീഴുംമുമ്പേ ചെക്ക ന്മാർ വഴി ഗണേശൻ ഒക്കെയും വിറ്റ കാശാക്കി.

പിടി വീണപ്പോൾ ഗണേശൻ പണം കൊടുത്ത് പോലീസിനെയും ഒതുക്കി. അപ്പോൾ ബാക്കിയായ രണ്ടേ രണ്ടുകോപ്പികളിലൊന്ന് എസ്. ഐ. ഗുണശേഖരനും ഒന്ന് റൈറ്റർ കുഞ്ഞമ്മദിനും കൈമാറി. അവരും ഹാപ്പി.

ഇടയ്ക്കിടെ മാസികരൂപത്തിലും ഓരോന്നിറക്കും. അവയും പല പേരുകളിൽ.

അതിനിടയിൽ, ഉണ്ണി എബ്രഹാമിന്റെ ജീവിതം വളരെ ലളിതമായി

  കാഞ്ഞിര കഥകൾ

മുന്നേറി .

ലോഡ്ജ് വാടക ഗണേശൻ കൊട്ടത്തോളം. കൂടെ രണ്ടുകെട്ട ബീഡിയും തെറ്റില്ലാത്ത അരക്കുപ്പി റമ്മും -രണ്ടു ദിവസത്തേക്ക്.

ബ്രേക്ക്ഫാസ്റ്റ് പതിവില്ല. ഉച്ചയ്ക്ക് രണ്ടു ചപ്പാത്തി അല്ലെങ്കിൽ ഒരു പൊറോട്ടയും കറിയും.

നാലുമണിക്ക് ഒരു കട്ടനും എണ്ണക്കടിയും. രാത്രി രണ്ടു തട്ട് ദോശ പ്ലസ് ഒരു ഡബിൾ ബുൾസൈ. രാത്രി കിടക്കുംമുമ്പ് ഒരു പഴം.

ഉണ്ണി പ്രാർഥിക്കാറില്ല. പക്ഷേ സകല മത ഗ്രന്ഥങ്ങളും വായിച്ചിട്ടു ണ്ട്. രാമായണവും ഭാഗവതവും ഒന്നും തന്നെ വിട്ടു പോയിട്ടില്ല.

ഒപ്പത്തിനൊപ്പം മൂലധനവും പാവങ്ങളും വായിച്ചു.

ബഹുവിധ ആചാരങ്ങളും അനുഷ്ഠാനങ്ങളും ഹൃദിസ്ഥമാണ്. ഒക്കെയും മിനക്കെട്ടു പഠിച്ചതല്ല. ഒന്നു ബോറടിക്കുമ്പോൾ മറ്റൊന്ന്.

കുറച്ചു കാലം ഒരു കൂടോത്രക്കാരന്റെ ശിങ്കിടിയായും നടന്നു.

ഒരു പുസ്തകമെഴുത്തിനു രണ്ടു രണ്ടര മണിക്കൂർ മതി. കുറച്ച നേരം കണ്ണടച്ചിരിക്കും. പിന്നെ കാളമൂത്രം പോലെ ഒറ്റയെഴുത്താണ്.

കാലത്തു നാലു മുതൽ ആറര വരെ. ശേഷം ഉറക്കമാണ്. ഉച്ച പന്ത്ര ണ്ടു വരെ ഉറക്കം നീണ്ടു പോകും.

ചില കവിതകൾ ഇടയ്ക്കെഴുതി നായർ, വാരസ്യാർ എന്നൊക്കെ ചേർത്തുള്ള പേരുകളോടെ മുന്തിയ ആഴ്ചപ്പതിപ്പുകൾക്ക് അയക്കുകയും അവ അച്ചടിച്ച വരികയും ചെയ്തിട്ടുണ്ട്.

ഗണേശൻ ചെട്ടിയാർ കച്ചവടത്തിൽ അഗ്രഗണ്യനാണ്.

എണ്ണയിൽ തുടങ്ങി എന്തെല്ലാം ഏർപ്പാടുകൾ.

പണമെണ്ണി സൂക്ഷിക്കുന്നത് പഴയൊരു ബിസ്ക്കറ്റ് ടിന്നിലാണ്.

അതാണത്രെ ഐശ്വര്യം.

കാലത്തെ കുളിയും കുറിയും പ്രാർഥനയും കഴിഞ്ഞാൽ ഗണേശൻ കടലാസുകെട്ടിനായെത്തും.

ഗണേശന്റെ ഭാര്യ വേറെ ആരുടെയോ കൂടെ കടന്നുകളഞ്ഞതായി ലോഡ്ജിലെ ചെക്കൻ മുഖേന കേട്ടു. ഗണേശന്റെ കുറേ പണോം പറ്റിച്ചാണത്രെ പോയത്.

നൂറ്റിയൊന്ന് രൂപ ദക്ഷിണ കയ്യിൽവച്ച് കടലാസുകെട്ട് അയാൾ ഏറ്റു വാങ്ങും. രണ്ടു കണ്ണിലും ചേർത്തു 'മുരുഹാ ' എന്ന് ചൊല്ലിക്കൊണ്ട് കോണി വരെ പിറകോട്ട നടക്കും.

ഉണ്ണി അത് വാങ്ങി മേശയിലിട്ട് ഒരു ബീഡി വലിച്ച് വീണ്ടുമുറങ്ങും.

വെള്ളിമൂങ്ങയുടെ ഭാഗ്യജാതകം, ഇരതലമൂരിയും രതിവിചാരവും, നക്ഷത്ര ആമയുടെ സിദ്ധികൾ തുടങ്ങി കടത്ത അശ്ലീലവും ഭ്രമാത്മക വുമായ ഒട്ടെരെ പുസ്തകങ്ങൾ കൊയ്ത് വൻലാഭമായിരുന്നു.

ഈ നികൃഷ്ട വ്യാപാരത്തിലൂടെ ഗണേശൻ പച്ച പിടിച്ച. അതിന്റെ ഭാഗമായ കള്ളത്തരവും പറ്റിക്കലുമൊന്നും പക്ഷെ ഉണ്ണിയെ ബാധിച്ചില്ല.

ഈ ഹീനവ്യാപാരം മടുത്തപ്പോൾ, ആത്മനിന്ദയായി പരിണമിച്ച് പാരമ്യത്തിലെത്തിയപ്പോൾ, ഉണ്ണി ലോഡ്ജ് വിട്ടിറങ്ങി.

ഒരു ടാക്സി പിടിച്ച് മുന്തിയ ഒരു ഹോട്ടലിലേക്ക്. അവിടെ മുറിയെടു ത്ത് കുളിച്ച സുന്ദരനായി. ഏറെ കാലത്തിന ശേഷം കണ്ണാടിക്ക മുന്നിൽ നിവർന്നു നിന്നു :

അമ്പടാ, ഇവനാണ് ഉണ്ണി എബ്രഹാം.

നീണ്ടമുടി -വെള്ളാരം കണ്ണുകൾ -ചുവന്ന ചുണ്ടുകൾ -വെളുത്ത ചുവന്ന കവിളുകൾ -

ഉണ്ണി എബ്രഹാമിലെ പെണ്ണിന് അവന്റെ ഉള്ളിലെ ആണിനോട് പ്രേമം മൊട്ടിട്ടു.

ഉണ്ണി ഓർക്കുകയായിരുന്നു; വെറുതെ അല്ല പല മാന്യന്മാരും തന്നെ കണ്ടനാക്കിയത്!

ഏറ്റവുമാദ്യം, തന്നെ മടിയിലിരുത്തിയ വാറ്റപ്പുര മുതലാളി ജോസ പ്പേട്ടനെ കൊല്ലാൻ തെറ്റാലിയും കല്ലുമായി നടന്നതോർത്ത് ചിരി പൊടിഞ്ഞു.

പിന്നീട് ആരൊക്കെ!

അന്നത്തെ വാർഡ്ഡമെമ്പറും ഇപ്പോഴത്തെ മന്ത്രിയുമായ മറ്റവൻ, സുവിശേഷം പറയാൻ വന്ന മീശയില്ലാത്ത ഭക്തിമാർഗക്കാരൻ ശപ്പൻ, പഴയ സാധനങ്ങൾ വാങ്ങാൻ വന്ന കൊണാപ്പൻ കാദറ്.

പാട്ട ഭാഗവതർ രമേശൻ നായർ ....

പീഡനങ്ങളോ, പ്രാകൃതമായ തന്റെ വഴിയുടെ സഹനങ്ങളോ?

വലിച്ചെറിയപ്പെടുന്ന ജന്മങ്ങളുടെ നിസ്സഹായതയോ?

മാന്യതയുടെ ഉടുതുണിയുരിഞ്ഞ സത്യങ്ങളോ?

കണ്ണാടിയിൽ നോക്കിയപ്പോൾ ഉണ്ണിക്കു തോന്നി, കുറ്റം അവരുടെതു മാത്രമല്ല. അന്ന് ജോസപ്പേട്ടന്റെ കാര്യം അപ്പാപ്പനോട് പറഞ്ഞപ്പോ, രാത്രി ഒമ്പതു മണി, ഇരയിൽ ചെരുതിയ കൊട്ടുവാളെടുത്ത് മുറ്റത്തേക്ക്

കാഞ്ഞിര കഥകൾ

ചാടിയ അപ്പാപ്പൻ കാല്യ തടഞ്ഞു വീണ. ഞൊണ്ടി ഞൊണ്ടി തിരികെ വന്ന കിടന്ന. ഫിറ്റായതിനാൽ, മൂപ്പര് പിറ്റെന്നത്തേക്ക് എല്ലാം മറന്ന കാണം. ഉണ്ണി അപ്പാപ്പനോട് പിന്നെ പരാതി പറഞ്ഞിട്ടില്ല.

ഒരു കർക്കിടക രാത്രിയിൽ ചറപറാ പെയ്യുന്ന മഴദിവസം അപ്പാപ്പൻ വിളിച്ചു.

'ഉണ്ണിക്കുട്ടാ, വാടാ'

രണ്ടാളം ഓരോ ഒഴിഞ്ഞ ടിന്നിന്റെ മുകളിൽ മടക്കിയിട്ട ചാക്കിന മുകളിൽ മുഖാമുഖം ഇരുന്ന.

കോർക്കിട്ട ചാക്കുന്നലൃ ചുറ്റിയ ഒരു കുപ്പിയിൽ നിന്ന് രണ്ട ചില്ലുഗ്ലാസുകളിൽ പകുതിയോളം ഒഴിച്ച.

അപ്പാപ്പൻ എന്ന വറീതുണ്ണി പറഞ്ഞു:

'എടാ മുട്ടുകാലേൽ തൊഴുതിരിക്ക്.

പിന്നെ നേരെയിരി.

നീ ആരാന്നറിയോടാ നെനക്ക്'

'അപ്പാപ്പന്റെ ഉണ്ണി'

'നിന്റെ വയസ്സോ'

'ഇരുപത്'

'വറീതുണ്ണി എന്ന നിന്റെ അപ്പാപ്പന്റെ മോൾ മേരിക്കുട്ടീടെ മോനാ നീ!

നിന്റപ്പൻ ആന്റോ എന്ന അപ്രഹാം അവൾ പൂർണ്ണ ഗർഫിണി ആയപ്പോ ചവിട്ടി കെണ്ണെറ്റിലോട്ടിട്ടു.

ആന്റോനെ ഞാന്ം.

നിന്നെ പെറ്റത് കെണറ്റിലാ!പാതാളത്തില്.

എന്നിട്ട് അവളങ്ങ പോയി, ആന്റോനെ പാതാളത്തു താഴ്ത്തി ഞാൻ ആ കെണറങ്ങു മൂടി. ഒരു വാഴേം വച്ചേച്ച്, നിന്നെ എന്റെ ജീവനിൽ ചേർത്തു. അന്ന് നാട് വിട്ടതാ. നെന്നെ സ്കൂളീ വിട്ടില്ല. ഞാനൊന്നം പഠിപ്പിച്ചല്ല.

എന്നിട്ടെന്താടാ? വേണ്ടതൊക്കെ നെന്റെ തലേല്യുണ്ട്. കണ്ണില്ും.

'നീ ഈ ഭ്രമീടെ മോനാ'

അന്തം വിട്ടിരുന്ന ഉണ്ണീടെ കയ്യിൽ ഗ്ലാസ്സെടുത്തു കൊടുത്ത് അപ്പാപ്പൻ കുടിക്കുകയും കരയുകയും ചെയ്തു.

'അപ്പാപ്പൻ ഉണരാത്ത ദിവസം നീ കരയരുത്. നിന്നെ ഈ ഭൂമി നോക്കിക്കോളാം. അവളാ നിന്റമ്മ.

ഞാൻ മേടിച്ചുകൊണ്ടിട്ട ഈ പൊസ്തകങ്ങൾക്കുള്ളിൽ പൊക പിടിച്ച കറുത്ത ഒരു നോട്ട ബുക്കുണ്ട്. തപ്പി എടുത്തോണം. അതങ്ങ പടിച്ചോ, എല്ലാം ഒണ്ട് അതേല്. നീ രക്ഷപ്പെടും. അപ്പാപ്പന്റെ അപ്പന്റെ കയ്യെഴുത്താ, വായിക്കാൻ ഇച്ചിരി പാടാ. നെനക്ക് ഒക്കും'

അപ്പാപ്പൻ വീണ്ടും ഗ്ലാസ് നിറച്ച തന്നു.

'എടാ, നീ നേരത്തെ ആളായി, ആണായി, അനാഥനായി.

നെന്റെ ഉള്ളിലെ പെണ്ണിനേം ബക്മാനിച്ചോളണം'

എരിവ്വും ഉള്ളം വേവുന്ന വേദനയുമായി ഉണ്ണി അബോധത്തിലേക്ക വീണു.

രണ്ട ദിവസം കഴിഞ്ഞപ്പോൾ വെള്ളം കുടിച്ച ചീർത്ത അപ്പാപ്പന്റെ ശരീരം കരയ്ക്കടിഞ്ഞു.

ഉണ്ണി ഒരു നോക്ക കണ്ടു.

ചേർത്ത പിടിച്ച പഞ്ചായത്ത മെമ്പറുടെ കൈ തട്ടി മാറ്റി അന്ന് അവിടം വിട്ടതാണ്.

പിന്നീട് എവിടൊക്കെ, എന്തൊക്കെ?

അക്ഷരങ്ങൾ ഉറുമ്പുകളെപ്പോലെ വെള്ളാരംകണ്ണുകൾ ച്ചന്നു. അരി ചരിച്ച കയറി ഉള്ളിലെവിടെയൊക്കെയോ കുട്ടവച്ചു.

ആദ്യമായി കൂടെ കിടക്കാൻ വന്ന പെണ്ണിന്റെ മുഖത്ത് എന്തൊരു ശാന്തതയായിരുന്നു. എന്തൊരു കാരുണ്യം!

അവളുടെ ച്ചട്ടേറ്റ് കെട്ടിപ്പിടിച്ചും കെട്ടിവരിഞ്ഞും കിടന്നപ്പോൾ ഉണ്ണി ചുരുണ്ടുചെറുതായി. അവളുടെ ഗർഭപാത്രത്തിൽ തല കീഴായി കിടന്നു.

അവൾ തലോടി. മൂർധാവിൽ ഉമ്മ വച്ചു.

അവൻ കരഞ്ഞോണ്ടിരുന്നു, അവൾ തലോടിക്കൊണ്ടും, രാത്രി മുഴുവൻ.

കാലത്ത കുറേ പണമെടുത്ത് എണ്ണിനോക്കാതെ അവൾക്ക കൊടുത്തു.

'വേണ്ട, നീ വിളിച്ചോ, ഞാൻ വരും. നിന്റെ അമ്മയാവാൻ. എപ്പോ വേണേലും വിളി'

ഉണ്ണിയുടെ ഓരോ കോശത്തിലും രോമകൂപത്തിലും അമ്മ ചുരത്തി.

ഉണ്ണി എബ്രഹാം എന്ന ഉണ്ണി ഗർഭസ്ഥശിശുവായ് മൂന്നനാൾ മുറിയിൽ ചുരുണ്ടു കിടന്നു.

ഉണ്ണിക്ക് ഓക്കാനം വന്നു.

മുലപ്പാൽ കാണാത്ത ഉണ്ണിയായി അയാൾ അമ്മിഞ്ഞയെ ധ്യാനിച്ച് മാതാവിനെ തൊഴുതു;

എല്ലാ മാതാക്കളെയും:

'അമ്മ, അമ്മിഞ്ഞ, നെറുകയിലെ ഉമ്മ.

അതേനേരത്ത്, വിളികളാൽ ഗണേശന്റെ ഫോൺ നിറഞ്ഞു. പൊട്ടി പ്പോകുമെന്നായപ്പോഴാണ് ഫോൺ ഓണാക്കിയത്.

ഉണ്ണിയെ കാണാതെയായ നേരത്ത്, ഗണേശൻ

'പുതുക്കിയ തീവണ്ടി സമയം'

'ആയിരത്തൊന്നു സാരോപദേശങ്ങൾ'

'പച്ചമരുന്നിന്റെ ഫലപ്രാപ്തി'

അങ്ങനെ പലവക അടിച്ചു നോക്കി. ഒന്നും ഏറ്റില്ല!

അയാൾ പ്രാന്തിനോടടുത്തു. അയാളിൽ നിന്ന് ആത്മഹത്യ ഭീഷണി മുഴക്കിയുള്ള വോയ്സ് നോട്ട കൂടി കേട്ടതോടെ, ഉണ്ണിക്ക സഹതാപം തോന്നി.

ഏഴെട്ട പുസ്തകങ്ങൾക്ക പാകത്തിൽ, സാഹിത്യവും പേരും എഴുതി കെട്ടാക്കി വച്ചു.

'ആണും പെണ്ണും ഒരാൾ',

'വറീതുണ്ണി മാപ്പിളയും ഭാവി പ്രപഞ്ചവും',

'നിറമില്ലാത്ത നിറങ്ങൾ',

'ആദ്യത്തെ അമ്മ',

'അമ്മിഞ്ഞയും ജീവിതവും', ...

അങ്ങനെ പലതരം.

എല്ലാം തയ്യാർ ചെയ്ത് ഗണേശനോട് വന്നെടുത്തോളാനും പറഞ്ഞു.

ചെട്ടിയാർ കുറിയിട്ട പണവും ലഡ്ഡുവുമായി അതിരാവിലെ വന്ന്, കുമ്പിട്ട തൊഴുത് എടുത്തുകാണും; സന്തോഷം കൊണ്ട് തുള്ളിച്ചാടി കാണും ....

ഉണ്ണി എങ്ങോട്ടോ തിരോധാനം ചെയ്തു.

കടലാസു കെട്ടുകളുമായി ഗണേശൻ കുതിച്ചു. പണമൊന്നും

ചെലവായില്ലല്ലോയെന്ന സന്തോഷവും അയാളെ ആവേശഭരിതനാ
ക്കി.

ഓരോന്നിന്റെയും ആയിരം കോപ്പി വീതം അച്ചടിച്ച്, കെട്ടുകളാക്കി
പഴയ സിൽബന്ദികളെ മുഴുവൻ വിളിച്ചു കൂട്ടി.

പലരും മറ്റു പല പണികളിലേക്കും തിരിഞ്ഞിരുന്നു. ചിലർ ചീട്ടു
കളിയിൽ. വല്ലപ്പോഴും കിട്ടുന്ന ക്വട്ടേഷൻ പണിയായിരുന്നു മറ്റൊരു
കൂട്ടർക്ക്. അതെല്ലാം മാറ്റിവച്ച് ഏവരും ഗണേശന്റെ അരികിലെത്തി.

ജീവിതത്തിലാദ്യമായി ഗണേശൻ ചെട്ടിയാർ സ്വന്തം മുതൽ
കടമായി വിതരണം ചെയ്യെങ്കിലും അല്ലറ ചില്ലറ കച്ചവടമല്ലാതെ
കാര്യമായി ഒന്നും നടന്നില്ല. ഗണേശന്റെ പൂജയും ജപവും തേങ്ങലായി,
കരച്ചിലായി പരിണമിച്ചു.

പണമില്ലാതെ എന്ത് ഗണേശൻ! എന്തിനു ഗണേശ സ്തുതി !

കെട്ടുകൾ കുറേ ഏജന്റുമാർ ചെട്ടിയാരുടെ ലോഡ്ജിൽ കൊണ്ടിട്ട്
മടങ്ങിപ്പോയി.

തോറ്റു പോകുമ്പോഴൊക്കെ പരിഹാരത്തിനായി ചെല്ലാറുള്ള വേലു
സ്വാമിയുടെ പുഴയോരത്തെ വീട്ടിലെത്തി.

അവിടെ പതിവുപോലെയുള്ള ആളോ വണ്ടിയോ തിരക്കോ ഉണ്ടാ
യില്ല.

രണ്ടു നാടൻ നായ്ക്കൾ വന്നു. ആദ്യം കുരച്ചു, പിന്നെ വാലാട്ടി നിന്നു.

മുറ്റമാകെ കാടുപിടിച്ചു കിടക്കുന്നു. വിളക്കുതറയിലും കാടു കേറിയി
ട്ടുണ്ട്.

അതിലെ വന്ന മെലിഞ്ഞുണങ്ങിയ സ്ത്രീയോട് ചോദിച്ചു:

സാമി ഇടീല്ലേപ്പാ?

സാമി ചത്തൊയതറിഞ്ഞീലാ?

എപ്പോ?

അഞ്ചാറു മാസായീന്.

തലകുനിഞ്ഞു ഗണേശൻ നിലത്തു കുത്തിയിരുന്നു, കണ്ണടച്ചു.

സ്വാമിക്കു കൊണ്ടുവന്ന ലഡ്ഡുപൊതി നായ്ക്കൾ കടിച്ചോടി.

തോറ്റു കൊട്ടക്കാൻ മനസ്സില്ലാത്ത ഗണേശന്റെ മോട്ടോർ
സൈക്കിൾ അരിങ്ങാപ്പുറത്തെ അലങ്കാർ ലോഡ്ജിലേക്ക് വിട്ടു.

ആസ്ട്രോ പാമിസ്റ്റ് തലവരി കാർത്തികേയന്റെ മുറിയുടെ

മുന്നിലെത്തിയപ്പോൾ കഞ്ചാവും ബീഡിയും കരിഞ്ഞ മണവും പുകയും. അതിനിടയിലൂടെ കാർത്തികേയൻ ചിരിച്ച്:

എന്താ ചെട്ടിയാരെ, ഊമ്പിയ പോലെ?

ആ അങ്ങനെ തന്നെ.

മറ്റവൻ ഊമ്പിച്ചോ?

ഇല്ല

പിന്നെ?

മൂപ്പരെ എവൃത്ത് പണ്ടത്തെ കൂട്ട ഏശ്രുന്നില്ല.

ആൾ ഏടപ്പോയി?

അറീല്ല

നീ ഒരു കാര്യം ചെയ് ഗണേശാ, നാലഞ്ചു പൈക്കളെ വാങ്ങി പാല് കച്ചോടം തൊടങ്ങ്

കാർത്തികേയന്റെ കാൽക്കൽ നൂറ്റിയൊന്ന് വച്ച് ഗണേശൻ മടങ്ങി.

ലോഡ്ജിൽ പോയി പഴയ കെട്ടുകളെടുത്ത് ആക്രിക്കടയിലെത്തിച്ച്.

അറന്നൂറ്റി എഴപതു രൂപ കിട്ടി.

ഒന്നരലക്ഷത്തിന്റെ മൊതലാ!

എഴപതു രൂപാ ആദ്യം കണ്ട ഏതോ ഭണ്ഡാരത്തിലിട്ട്.

കെട്ട പാലിന്റെയും കുമിഞ്ഞ ചാണകത്തിന്റെയും ലോകത്തേക്ക മടങ്ങുമ്പോൾ ഗണേശന് എന്തെന്നില്ലാത്ത ഒരു ശാന്തത കൈവന്നു.

പണം തീരുംവരെ ഉണ്ണി യാത്ര തുടർന്നു. ജീൻസും ഷർട്ടും സഞ്ചിയിൽ ഒരു കൊച്ച കണ്ണാടിയും മാത്രം.

തുടങ്ങിയേടത്ത് അവസാനിക്കുന്ന വഴികളുടെ വൃത്തങ്ങളിലും ചുഴികളിലും പെട്ട് അയാൾ അന്ധാളിച്ച നിന്നു. കൂടുവിട്ട പായുന്ന എറു മ്പിൻകൂട്ടങ്ങളെ പോലെ അഭയാർഥികളുടെ പ്രവാഹം ഒരാലയത്തിന മുമ്പിലും തടിച്ച കൂടുന്നില്ല. നികൃഷ്ടവും രാക്ഷസീയവുമായ അധികാരപ്ര യോഗങ്ങളിൽ, ജീവന്റെ ഭാരം സഹിച്ച്, ഗത്യന്തരമില്ലാതെ പായുന്ന ജീവജാലങ്ങളുടെ ഭയവിഹ്വലതകളിലേക്ക് രക്ഷകരുടെ കൈകൾ നീണ്ടു വരുന്നില്ല.

പട്ടുമെത്തയുടെ ശരശയ്യയിൽ നിന്ന് ഏഴകളുടെ നിലവിളിയിലേക്ക ദിക്കുന്ന ബോധസൂര്യനെ ഉണ്ണിക്ക കാണാൻ കഴിയുന്നില്ല. ഓരോന്നോ രോന്നായി ഉപേക്ഷിക്കുന്നതിന്റെ സുഖം ഉണ്ണിയുടെ അകത്തളങ്ങളിൽ

ശ്രദ്ധി വരുത്തി. വേണ്ടെന്നു വെട്ടപ്പെട്ടവയോടുള്ള നിസ്സംഗതയാൽ ഉണ്ണി ശാന്തനാവുമ്പോലെ.

താരതമ്യത്തിന്റെ തട്ടുകളിൽ നിന്ന് എല്ലാം ഇറക്കിവച്ചപ്പോൾ അത് തകർന്നു വീഴുന്നത് കേൾക്കാമായിരുന്നു.

വർഗ -വർണ -ലിംഗ ബോധമില്ലാത്ത, ഔദ്ധത്യമില്ലാത്ത കാഴ്ചയിലും കാറ്റിലും തിരമാലകൾ അടങ്ങും പോലെ.

ഒരിക്കൽ കൂടി മുഖം നോക്കാൻ ഉണ്ണി കണ്ണാടിക്കായി സഞ്ചിയിൽ കയ്യിട്ടു. ഇടക്കിടെ ഈ കണ്ണാടിയിൽ നോക്കി സ്വന്തമുഖം ആസ്വദിക്ക കയെന്നത് യൗവനകാലത്ത് ഉണ്ണിയുടെ സ്ഥിരം ശീലമാണ്.

കണ്ണാടിച്ചില്ലുകൾ പൊളിഞ്ഞു പൊടി പൊടിയായിരുന്നു.

സഞ്ചിയും വേഷവും കൂടി ഉപേക്ഷിച്ച നിൽക്കെ ഒരു മഞ്ഞ ബോർഡിൽ ഒരു ഭംഗിയുമില്ലാതെ എഴുതിവച്ചത് വായിച്ചു:

'അർധനാരീശ്വരൻ കാവ്.1/2കി മീ'

ആ വഴിയെ ഉണ്ണി നടന്നു. ഒരു വിണ്ടുകീറിയ മതിലിന മുന്നിൽ ഇടുങ്ങിയ ആ വഴി അവസാനിച്ചു. പൂപ്പൽ പിടിച്ച മതിലിൽ എന്തൊ ക്കെയോ എഴുതിവച്ചിട്ടുണ്ട്.

ഉണങ്ങി തുളവീണ മരവാതിൽ തുറന്ന് അകത്തേക്ക നടന്നു. തൊട്ടാ വാടിവള്ളികൾ കാലില്യുരഞ്ഞ് ചോര പൊടിഞ്ഞു. ആ നീറ്റലിന ഒരു പ്രത്യേക സുഖം.

ആരാ?

ഉണ്ണി

ഉണ്ണികളല്ലാത്ത ആരാണ് ഇവിടെ വരിക?

അവിടവിടെ ഉയർന്നു നിന്ന ചിതൽപ്പുറ്റകളിൽ നിന്ന് ചെടികൾ കൈകുപ്പി. ഉണ്ണിയുടെ ബോധത്തിന്റെ അവസാന അധ്യായം, അവസാന താൾ മറിച്ച പോലെ.

ഉണ്ണിയുടെ കാഴ്ചകളിൽ, പാതി നാരിയായും പാതി ഈശ്വരനായും ഇരുട്ടും വെളിച്ചവുമിടകലർന്ന ഒരു സന്ധ്യ കടന്നു വന്നു.

വലിയൊരു മൺപുറ്റിന്റെ മുൻഭാഗം പൊടിഞ്ഞു വീണു.

ഏതോ കൈ ആനയിച്ചു.

പൊളിഞ്ഞു വീണ ചിതൽപ്പുറ്റിനപ്പുറം താഴോട്ടുള്ള നീണ്ട ഒറ്റയടിപ്പാത യിൽ ഉണ്ണിയുടെ കാലുകൾ ചരിച്ചുതുടങ്ങി.

നീർച്ചാലിന്റെ തണുപ്പും പുതഞ്ഞ ചെളിയും സുഖദമായ എരിച്ചിലായി

ദേഹമാസകലം പടർന്നു.

കുത്തനെ താഴോട്ടുള്ള വഴി ഒരിടവഴിയായും പിന്നീടതൊരു ഗൃഹയായും ഉണ്ണിയെ സ്വീകരിച്ചു.

ഗൃഹയിലൂടെ കുത്തിയിരുന്നു മുന്നോട്ടുനീങ്ങവെ കാൽതെറ്റി മലർ ന്നുവീണു.

കുഴഞ്ഞ ചെളിയിലൂടെ അയാൾ ഒഴുകി ...

സുഖപ്രസവം പോലെ ...

ഒരു മണൽത്തിട്ടയിൽ ചെന്നുനിന്നു.

മുന്നിൽ തെളിനീരൊഴുകുന്ന മഹാനദി.

പിറന്ന പടി അയാൾ അമ്മയുടെ മടിത്തട്ടിലേക്കെന്നവണ്ണം നദി യുടെ ഒഴുക്കിലേക്കു മലർന്നു കിടന്നു.

ഇളംചൂടുള്ള വെള്ളത്തിന് അമ്മമാറിന്റെ ഗന്ധവും കരുതല്ലും.

കൈകാലുകളടിച്ച് ഉണ്ണി ആർത്തുല്ലസിച്ചു.

അപൂർവങ്ങളായ നക്ഷത്രങ്ങൾ ആകാശത്തു തിളങ്ങി.

അമ്പിളിമാമൻ ഒളിച്ചുകളി തുടങ്ങിയിരിക്കുന്നു.

വീശിയടിച്ച കാറ്റിൽ അഷ്ടദിക്കിൽ നിന്നും താരാട്ടു പാട്ടുകൾ മാറ്റൊ ലിച്ചു.

ഗർഭജലത്തിൽ തലകീഴായും കുത്തി മറിഞ്ഞും ജന്മാന്തരങ്ങളുടെ തുടർച്ചയായി ഉണ്ണി വിളിച്ചു: അമ്മേ ...

**

ഉദകക്രിയ

നാവാമുകുന്ദന്റെ മുന്നിൽ ആൽത്തറക്കൽ സന്ധ്യ ചിറകുതാഴ്ത്തു ന്ന നേരത്ത് നിളയ്ക്ക് മീതെ കിരണങ്ങൾ ഉൾവലിഞ്ഞു. പഴുത്തുടുത്ത സൂര്യൻ ആകാശത്തിന് വിഷാദനിറം പകർന്നു കൊണ്ടി രുന്നു. കാറ്റ വീശുമ്പോൾ പഴുത്ത ഇലകൾ കൊഴിയുകയും പച്ചിലകൾ വിഭിന്നതാളങ്ങളിൽ ചാഞ്ഞും ചരിഞ്ഞും ഇളകിക്കൊണ്ടിരിക്കുകയും ചെയ്തു.

ഓരോ കാറ്റിനും ഓരോ ഗതിയും നിശ്ചയവും ഉള്ള പോലെ.

ആൽമരത്തിന്റെ കൊമ്പുകൾ പ്രാർഥനാനിരതമായി ആകാശത്തേ ക്ക് കയ്യയർത്തി നിലകൊണ്ടു.

ഇന്നേക്ക് മൂന്ന് ദിവസായി ഇവിടെ. വളഞ്ഞകാലൻകുട കുത്തി എഴ നേൽക്കുമ്പോൾ രാമചന്ദ്രൻമാഷിന് തലകറങ്ങും പോലെ. കുറച്ചനേരം കൂടി ഇരിക്കണം; ഇളയതിന്റെ കടയിൽ നിന്ന് രണ്ട് ദോശ കഴിക്കണം; ഒരു കുപ്പി വെള്ളം വാങ്ങണം; കുറച്ച നേരം ഉറങ്ങണം; കാലത്തുള്ള ബസ്സിൽ നാട്ടിലേക്ക മടങ്ങണം.

മടങ്ങുക എന്ന ബോധമാണ് ഏത് മനുഷ്യന്റെയും ആത്യന്തികമായ ത്വര. പക്ഷെ എത്ര കാലം?

'രാത്രിയാവുകയല്ലേ കാർന്നോരെ, റൂമിൽ കൊണ്ടാക്കണോ, എവിടാ താമസം?'

ഒരു സെക്യൂരിറ്റിക്കാരൻ ചോദിച്ചു.

'വേണ്ട, ഞാൻ പൊയ്ക്കോളാം'

അസ്ഥിക്കഷണങ്ങളും ചിതാഭസ്മവും രണ്ട് മൺകുടത്തിലാക്കി സഞ്ചിയിലിട്ട് തിരുനാവായക്ക് പുറപ്പെടുമ്പോൾ ഏഴെട്ട് കൊല്ലത്തെ ഏകാന്തവാസത്തിൽ നിന്ന് മാഷ് മോചിതനാവുകയായിരുന്നു. ആരും

     കാഞ്ഞിര കഥകൾ

നിശ്ചയിച്ചിട്ടില്ലാത്തയും ആരും പ്രതീക്ഷിക്കാത്തവയുമാണ് ജീവിതത്തി ന്റെ ഒറ്റയടിപ്പാതകൾ.

വിശാലമായ വഴികൾ കിടക്കുമ്പോഴും ഏതെങ്കിലുമൊരു മാളത്തി ലേക്ക് ഒതുങ്ങാൻ കൊതിക്കുന്ന ജൈവബോധത്തെ നിയോഗമെന്നൊ ക്കെ മഹത്വവൽക്കരിക്കാറുണ്ട്.

ആദ്യദിവസം കാലത്ത് ഇറങ്ങിയപാടെ വഴിപാട്ട കൗണ്ടറിൽ നിന്ന് ചീട്ട് വാങ്ങി. അസ്ഥി സ്ഥാപനത്തിനായി കുടകൊണ്ട് വടികുത്തി താഴെ ക്കിറങ്ങുമ്പോൾ ജീവനക്കാരൻ കൈപിടിച്ചു:

'ഒക്കെ ഇളയത് ഏർപ്പാടാക്കിയിട്ടുണ്ട്.

അങ്ങേയ്ക്ക് മുങ്ങിക്കളിക്കാനൊക്കെ ഒക്കുവോ മാഷേ?'

'ഇല്ല, ഒക്കെ വേണ്ടപോലെ ചെയ്ത തരണം.'

മൺകലവും ആയിരം രൂപയും അയാളെ ഏല്പിച്ചു.

മഴക്കാലം കഴിയാറായ അവസരമായതിനാൽ പുഴയിൽ വെള്ളമു ണ്ട്. കലങ്ങിച്ചവന്ന വെള്ളത്തിൽ നോക്കിനിൽക്കെ പൊട്ടന്നനെ മഴ പെയ്തു.

കുട നിവർത്തി നിലയുടെ പ്രഭാതത്തിലേക്ക നിറകണ്ണുകൾ ഇറന്ന വച്ചു. മഴവെള്ളം പതുക്കെ ഒലിച്ചിറങ്ങി.

മഴയുടെ സ്പർശം ശാരീരികം മാത്രമല്ല, മനസ്സകത്തും പെയ്തുകൊ ണ്ടിരിക്കും.

പാതി നനഞ്ഞ വേഷവുമായി ഇളയതിന്റെ കൗണ്ടറിൽ എത്തി യപ്പോൾ സഹായി കൈപിടിച്ചാണ് ഇറക്കിയത്. എവിടെയും ഒരു കൈസഹായം തന്റെ ജീവിതത്തിൽ വന്ന പെടാറുണ്ട്.

'മാഷ്ടെ ആരാന്നാ പറഞ്ഞെ?'

'മോളാണ്'

'അപ്പോ ബലിയൊന്നും വേണ്ട, കുറച്ച എള്ളും പൂവ്വും അക്ഷതവും കയ്യിൽ കൂട്ടിപ്പിടിച്ചു മോക്ഷത്തിനായി പ്രാർഥിച്ച് പടിയിൽ വച്ച് തൊഴുതോളൂ.

വെള്ളം കൊട്ടുത്തു ഒരു പൂ ആരാധിച്ച തൊഴുക'

ഇളയത് മന്ത്രങ്ങൾ ചൊല്ലി.

'മാഷേ ഏത് ആചാരവും ഇന്ന പോലെന്ന് വിചാരിക്കണ്ട. അവര വർക്ക ബോധ്യമാവുന്നതും ഉദ്ദേശ്യശ്രദ്ധിയുള്ളതുമായാൽ മതി. മാഷ് തൊഴുത് എഴുന്നോറ്റോളൂ... സൂക്ഷിച്ച്.'

പലതായി വേർതിരിച്ച കൗണ്ടറുകളിൽ ദേവസ്വം ജീവനക്കാർ പല ശബ്ദത്തിലും ഭാവത്തിലും ഉറ്റവർക്കായി ബലിയിടുന്ന ആബാലവൃദ്ധ ങ്ങൾക്ക് നിർദേശങ്ങൾ നൽകിക്കൊണ്ടിരുന്നു.

എല്ലാത്തിനും സാക്ഷിയായി ഉദയസൂര്യൻ പ്രകാശം ചൊരിഞ്ഞു. കാക്കകളും കൊറ്റികളും ചെമ്പോത്തും പ്രാവുകളും തെങ്ങോലകളിലും ആൽമരത്തിലും ഇരുന്നു കരയുകയും ചിറകടിക്കുകയും ചെയ്യുന്നുണ്ടായി രുന്നു. ആകാശത്തു പരുന്തുകൾ വട്ടമിട്ടു പറക്കുന്നു. വെള്ളത്തിൽ വീഴുന്ന അരിക്കും വറ്റിനുമായി മത്സ്യങ്ങൾ മത്സരിക്കുകയാണ്.

നാവാമുകുന്ദനെ നടക്കൽ നിന്ന് തൊഴുതു. കുളിച്ചിട്ടില്ല, അകത്തു കേറുന്നില്ല, അല്ലെങ്കിലും ഇളയത് പറഞ്ഞപോലെ - ഒക്കെ നമ്മുടെ ബോധ്യമാണ്.

രണ്ട് ഇഡ്ഡലിയും ചൂടുചായയും വടയും കഴിച്ചപ്പോൾ ക്ഷീണം ഒന്നു കുറഞ്ഞപോലെ.

കട്ടിലിൽ ഇരുന്ന ഫോൺ പുറത്തെടുത്തു. മകളുടെ എട്ടോ പത്തോ മിസ്ഡ് കാൾ ഉണ്ട്. നീണ്ട മെസ്സേജുകൾ ഉണ്ട്. ഒക്കെ പിന്നീടാവട്ടെ എന്നുവച്ച് ഒന്നു കിടന്നു.

'മാഷേ'ന്ന് വിളിച്ചുകൊണ്ടു കുളിച്ച് ചന്ദനക്കുറിയിട്ട് പൂ ചൂടി വരുന്ന വാസന്തിയുടെ മുഖം ചുമരിലും വാതിൽക്കലും കാണും പോലെ.

പത്മിനി പോയിട്ട് വർഷം ഇരുപതു കഴിഞ്ഞു. വിഷാദത്തിന്റെ പ്രതി രൂപമായി പത്മിനി ഇരിപ്പ് തുടങ്ങിയ കാലം മുതൽ വാസന്തി കൂടെയുണ്ട്.

പത്മിനിയുടെ ശ്വാസംമുട്ട് സ്ഥിരമായി നിലക്കുംവരെ അവളുടെ കട്ടിലിനരികിൽ കാവലിരുന്ന വാസന്തി, അവൾ പോയപ്പോൾ വാവി ട്ടുകരഞ്ഞത് ആരെയും ബോധ്യപ്പെടുത്താനായിരുന്നില്ല. അമ്മ പോയ കുഞ്ഞിനെപ്പോലെ അവൾ കരയുന്നത് എത്രയോ ദിവസങ്ങൾ കണ്ടു.

പിന്നെയും കാലം കുറേ കഴിഞ്ഞു.

തറവാട്ടുവീടിന്റെ മുറികൾ ഒന്നൊന്നായി അടച്ചിടാൻ പറഞ്ഞത് താനാണ്.

'എന്തിനാണ് മാഷേ ഇതൊക്കെ അടച്ചുപൂട്ടുന്നത്?'

വാസന്തീ, എനിക്കീ വലിയ മുറിയും പൂമുഖവും ധാരാളമാണ്. ഇതൊക്കെ തുത്തും തുടച്ചും നീയെന്തിനാണ് കഷ്ടപ്പെടുന്നത്?

ഓരോ മഴക്കാലത്തും വരാന്തയുടെ ഓടുകൾ വീഴും... ചിലപ്പോൾ

വിറകുപുരയായ്വും നിലംപൊത്തുന്നത്. ഒക്കെ വാസന്തി പറഞ്ഞാണ് താൻ അറിഞ്ഞിരുന്നത്. ഒന്നും പോയിനോക്കാൻ തോന്നാറില്ല. നോക്കിയിട്ട് കാര്യവുമില്ല.

അതിരാവിലെ വാസന്തിയെത്തും. ചായ മുതൽ അത്താഴവും മരുന്നും വരെ തന്ന ശേഷമേ അവൾ മടങ്ങാറുള്ള.

ഓരോ ദിവസവും ഓരോന്ന് പറയാനുണ്ടാവും വാസന്തിക്ക്.

വടക്കേതിലെ മതിൽ പൊളിഞ്ഞു; തെങ്ങുകൾ മറിഞ്ഞു വീണു; മൂത്ത വാഴക്കുല ആരോ കട്ടു കൊണ്ടുപോയി; വടക്കെ വരാന്തയിൽ പട്ടി പെറ്റു; വടക്കിനിയിൽ പൂച്ച പ്രസവിച്ചു; കുട്ടികൾ മാവിന് കല്ലെറിയുന്നു; ചീട്ടുകളിക്കാർ കുടിച്ച കുപ്പി തൊടിയിലേക്ക് എറിയുന്നു...

സാരമില്ല കുട്ടീ

മാഷ് എന്റെ കൂടെ ഒന്ന് അവിടം വരെ വരണം, വന്നൂടെ?

നമ്മടെ പറമ്പിലാ ഇപ്പോ ചീട്ടു കളി!

അവളുടെ കൂടെ വടക്കെ വാതിൽ വഴി അവിടെ പോയി.

അഞ്ചാറു വർഷം സ്കൂളിലും പത്തിരുപത്തഞ്ചു കൊല്ലം കോളേജിലും പഠിപ്പിച്ച തന്റെ ശിഷ്യന്മാരോ അവരുടെ മക്കളോ മക്കൾടെ മക്കളോ ഒക്കെ ആവാം.

അവർ എഴുന്നേറ്റോടി..

വാസന്തിക്ക വിജയഭാവം!

രാമചന്ദ്രൻമാഷ് ചിരിച്ചുകൊണ്ട് മടങ്ങി. സാമൂഹിക രാഷ്ട്രീയ സാംസ്കാരിക രംഗത്ത സജീവമായിരുന്ന മാഷ് ഏകാന്തതയിലേക്ക് പരിണമിച്ചത് പത്മിനി ടീച്ചറുടെ വിഷാദവും ആത്മഹത്യാ പ്രവണതയും കലശലായപ്പോഴാണ്.

ശീലമായതൊന്നും മറികടക്കുക എളുപ്പമല്ല. ഏകാന്തതയുടെ അസാ ധാരണമായ സൗഖ്യത്തിൽ അദ്ദേഹം അഭിരമിച്ചുകഴിഞ്ഞിരുന്നു.

ബീഡിവലി പോലും നിർത്തിയത് വാസന്തിയുടെ കടുംപിടുത്തം മൂലമാണ്. ഉള്ളതൊക്കെയും അവൾ കത്തിച്ച കളഞ്ഞു. പിന്നെ വാങ്ങി ത്തന്നുമില്ല.

രാവിലെ ബ്രഷിൽ പേസ്റ്റ് എടുത്തു തരുന്നതും കുളിക്കാൻ വെള്ളം ചൂടാക്കിത്തരുന്നതും നഖം വെട്ടിത്തരുന്നതും അവളാണ്. ടി വി തുറന്ന തരും, മൊബൈൽ റീചാർജ് ചെയ്ത തരും.

എ ടി എമ്മിൽ നിന്ന് പണം എടുത്തുകൊണ്ട് വരുന്നതും

ആവശ്യങ്ങൾക്കായി കൊടുക്കുന്നതും വാസന്തിയാണ്.

പത്മിനി നിശ്ചയിച്ച എത്രയോ ഒരു തുക അവൾ എടുക്കും. അത്യാ വശ്യം വല്ലതുമുണ്ടെങ്കിൽ ചോദിക്കും. അധികവും മോളുടെ ആവശ്യ ത്തിനോ മരുന്ന് വാങ്ങാനോ -

മകൾ സാവിത്രിയുടെ ഫോൺ കാളകൾ നോക്കി. അവളും ഭർത്താവും രണ്ട് മക്കളും അമേരിക്കയിലാണ്. അയാൾ ഏതോ കമ്പനി യുടെ വൈസ് പ്രസിഡണ്ടും അവൾ മറ്റൊന്നിന്റെ ഉയർന്ന ജോലിയിലും.

സാവിത്രി കുഞ്ഞായിരുന്നപ്പോൾ അച്ഛന്റെ തോളിലോ വിരലിലോ തൂങ്ങിക്കിടക്കുമായിരുന്നു. അവളുടെ മാതൃകയും ഗുരുവും സുഹൃത്തും അച്ഛ നായിരുന്നു. മികച്ച അധ്യാപകനും പ്രാസംഗികനുമൊക്കെയായിരുന്ന അദ്ദേഹത്തിന് ധാരാളം ശിഷ്യരും ആരാധകരുമുണ്ടാവുക സ്വാഭാവികം.

അക്കാലത്ത്, മകളുടെ ഒരു പ്രണയത്തിന്റെ സൂചനകൾ പത്മിനി ടീച്ചറെ വിളറി പിടിപ്പിച്ചു. അവൾ തല്ലിയോ എന്തോ?

ഒന്നും സാരമില്ലെന്നു പറഞ്ഞപ്പോഴും പത്മിനി അടങ്ങിയില്ല. അവളുടെ സ്വകാര്യതകളിലേക്ക് നുഴഞ്ഞു കയറി. സദാ പിറകെ നടന്നു.

പറ്റാവുന്നത്രയും സമയം വീടിന പുറത്തു കഴിയാൻ അവസരങ്ങള ണ്ടാക്കിയ സാവിത്രി അച്ഛന നേരെയും പരിഹാസത്തിന്റെ, എതിർപ്പ കളുടെ സ്വരമുയർത്താൻ തുടങ്ങിയപ്പോൾ വീട് ഒരു കലാപകേന്ദ്രമായി മാറാൻ തുടങ്ങി.

ഡിഗ്രി കഴിഞ്ഞപ്പോൾ അവൾ പറഞ്ഞു: ഇനി ഞാൻ നാട്ടിൽ പഠിക്ക നില്ല. എന്റെ ചിന്തകൾക്കും സ്വാതന്ത്ര്യത്തിനും രാഷ്ട്രീയത്തിനും ഒക്കെ പറ്റിയ ഇടം വേണം. ജെ എൻ യു വിൽ അഡ്മിഷൻ ശരിയായിട്ടുണ്ട്.

ഞാൻ വരണ്ടേ ചേർക്കാൻ?

വേണ്ട, കുറച്ച കാലത്തേക്ക് കൂടി ഫീസ് സഹായിച്ചാൽ മതി.

പിന്നീടൊരിക്കൽ, അവൾ നാട്ടിൽ വന്നപ്പോൾ വടക്കേ ഇന്ത്യ ക്കാരൻ ഒരു പയ്യനുമുണ്ടായി കൂടെ. വെളുത്തു ചീർത്ത കവിളും കയ്യിൽ അഞ്ചെട്ടു ചരടുമൊക്കെ കെട്ടിയ ഒരു ബൊദ്ധളൻ. ഒരാഴ്ച ട്രൗസറും ടീ ഷർട്ടുമിട്ട തൊടിയിലും കുളത്തിലും ഒക്കെ ചാടി നടന്നു രണ്ടാളും. ആഹാ രത്തിനെത്തും. അയാൾ തമാശ എന്ന മട്ടിൽ ഒരുപാട് വിഡ്ഢിത്തങ്ങൾ പറയാറുണ്ടായിരുന്നു.

പത്മിനിയുടെ മുഖം പിന്നീടൊരിക്കലും പ്രസാദിച്ചു കണ്ടില്ല.

അന്നും കുട്ടികളുടെ ആവശ്യാനുസരണം പലതരം വിഭവങ്ങൾ നിരത്തി വാസന്തി സന്തോഷിപ്പിക്കാൻ ശ്രമിച്ചു.

'ബെരി ടേസ്റ്റി'എന്ന് പറഞ്ഞു കൊണ്ട് അയാൾ തിന്നുകയും മുഖസ്തുതി പറയുകയും ചെയ്തു. എല്ലാത്തിനും സാവിത്രി പൊട്ടിച്ചിരിക്ക കയും ബെലെ എന്ന മട്ടിൽ ഇരിക്കുകയും ചെയ്തു.

പോകാൻ നേരത്ത് അയാൾ രണ്ടുപേരുടെയും കാൽതൊട്ട് വന്ദി ക്കുകയും നൂറ റ്രൂപാ വീതം കയ്യിൽ തരികയും ചെയ്തു.

വാസന്തിക്ക പത്തു റ്രൂപയും!

പിന്നെ സാവിത്രിയെ കണ്ടത് വീഡിയോകാളിൽ മാത്രമാണ്. തന്റെയും പത്മിനിയുടെയും പിറന്നാളിന് മെസ്സേജ് അയക്കും. ഓണത്തിനും വിഷുവിനും ഫോട്ടോയും റെഡിമെയ്ഡ് മെസ്സേജുകളും അയക്കും. വീഡിയോകാൾ വിളിച്ച കുട്ടികളെ കാണിക്കും; മുത്തശ്ശി, മുത്തശ്ശാന്നൊക്കെ വിളിപ്പിക്കും. ഫോണിൽ ഉമ്മ കൊടുത്ത് അവസാ നിപ്പിക്കും.

പത്മിനി മരിച്ചപ്പോൾ അവളെ വിവരമറിയിച്ചു.

Condolences അറിയിച്ചു, വരാനൊര നിവൃത്തിയുമില്ലെന്നും ജോലി പോകുമെന്നും കുട്ടികൾക്ക് പരീക്ഷയാണെന്നും പറഞ്ഞുകൊണ്ട് വോയ്സ് നോട്ട് ഇട്ടു.

'വരേണ്ട ' എന്ന മാത്രം മറുപടിയും നൽകി.

നേരമെത്രയായി? പന്ത്രണ്ട കഴിഞ്ഞു. ഉറക്കം വരുന്നില്ലല്ലോ! ഒരു ബീഡി വലിക്കണം, ഇനിയെന്ത് നോക്കാൻ?

കവലയിലെ തട്ടുകടയിൽ ബീഡിയില്ല. സിഗരറ്റുണ്ട്. രണ്ടെണ്ണം വാങ്ങി, ഒരു തീപ്പെട്ടിയും.

കുറച്ച നടന്നപ്പോൾ പുഴയിലേക്കൊര ഊടുവഴിയുണ്ട്.

ആവശ്യാനുസരണം മുന്നിൽ തെളിയുന്ന ഒന്നാണ് വഴികളെന്നത് തന്റെ അനുഭവങ്ങളിൽ നിന്നുള്ള ബോധ്യമാണ്.

കടവത്ത് അലക്കാനിട്ട പരന്ന കല്ലിലിരുന്ന് ഒരു സിഗരറ്റ് കൊളുത്തി. എരിവുള്ള പുക. കാലൻകുട താഴെ വച്ചു.

ഒരാഴ്ച വാസന്തി വരാതിരുന്നപ്പോൾ എന്തോ പന്തികേട തോന്നി.

കൂടി വന്നാൽ രണ്ട ദിവസം. അതും പറഞ്ഞിട്ട് മാത്രം, ഫ്രിഡ്ജിൽ ഒക്കെ ഉണ്ടാക്കി വച്ചിരുന്നു.

ഒന്ന് പോയിനോക്കുക തന്നെ.

ഇറങ്ങി; എത്രയോ കാലത്തിന ശേഷമാണ് ഗേറ്റിന വെളിയിൽ ഇറങ്ങുന്നത്.

ഓട്ടോയ്ക്ക് കൈകാട്ടി, മൂന്ന് നാലെണ്ണം നിർത്താതെ പോയി.

ഒരു ചെറുപ്പക്കാരൻ നിർത്തി. കേറുമ്പോൾ കുടയുടെ കാല് അവന്റെ ചുമലിൽ തട്ടിയോ എന്തോ?

നോക്കിയും ശ്രദ്ധിച്ചും ഒക്കെ ഇരിക്ക് കാർന്നോരെ എന്ന് പറഞ്ഞ് രൂക്ഷമായ ഒരു നോട്ടം.

പണ്ടെങ്ങാൻ പോയിട്ടുള്ള ഓർമ്മയാണ്. ഒരു എൽ പി സ്കൂളിനും ചായക്കടക്കും ഇടയിലുള്ള ഒറ്റയടിപ്പാതയാണ് വാസന്തിയുടെ വീട്ടിലേ ക്ക്. ഒരു വലിയ പുളിമരമുണ്ട് വീടിന് തൊട്ട്.

സ്കൂൾ കണ്ടു, ചായക്കട പൊളിച്ചു പോയി. പുളിമരം മുറിച്ച കൊണ്ടി രിക്കുകയാണ്.

വലിച്ച കെട്ടിയ കയറിനു കീഴെ കുനിഞ്ഞ് ഇടത്തോട്ട തിരിഞ്ഞു. സാവകാശം ഒരു വയൽവരമ്പ കടന്നപ്പോൾ തേക്കാത്ത പുറം ചുമരും ഇത്തിരി പോന്ന വരാന്തയുമുള്ള കുഞ്ഞുവീട്. മുകളിൽ വലിച്ച കെട്ടിയ ഷീറ്റിനു കീഴെ അഞ്ചെട്ട പേരുണ്ട്.

ഇത്തിരി പോന്ന മുറിയിൽ കോണോട്ട കോണായി വാസന്തിയുടെ ചേതനയറ്റ ശരീരം.

തുണി കൊണ്ട് മുഖം മറച്ചിട്ടുണ്ട്. ആരുടെയോ വക ഒരു റീത്തും.

കരഞ്ഞു തളർന്ന പത്തു പന്ത്രണ്ട വയസ്സുള്ള മോളെ ചേർത്തുപിടിച്ച് ഒരു വൃദ്ധ. തന്നെ കണ്ടതും പലരും എണീറ്റ. തുണി മാറ്റി മുഖം കാണിച്ച. ഒറ്റ നോട്ടം മാത്രം.

അവളുടെ ഭർത്താവാണെന്ന് തോന്നുന്നു, മദ്യത്തിന്റെ രൂക്ഷ ഗന്ധവും മുഷിഞ്ഞ വേഷവും. ചീർത്ത കൺപോളകൾ തിരുമ്മി കയ്യിൽ പിടിച്ച.

'പനിയായിരുന്നു സാറെ, ചികിത്സാ പിഴവ് എന്നാണെന്റെ ഒരു ഇത്.'

മൂന്നുനാല് ചെറുപ്പക്കാർ വന്നു.

'മാഷെ, ഇന്നലെയാ ആസ്പത്രീല് കൊണ്ടോയത്, അവിടെയെത്തി അധികം കഴിയും മുമ്പേ തീർന്നു.'

ഭർത്താവ് എന്നയാൾ ഇടക്കിടെ പൊട്ടിക്കരയുമ്പോലെയും തൊട്ട പിന്നാലെ സാധാരണ പോലെയും പെരുമാറി.

'ഓളാന്ന മാഷേ ന്റ എല്ലാം. ..'

പ്ലാസ്റ്റിക് കസേരയിൽ തളർന്നിരുന്ന മാഷിന് ആരോ ഇളനീർ

    കാഞ്ഞിര കഥകൾ

വെട്ടിക്കൊടുത്തു.

'എവിടെയാ അടക്കുന്നത്?'

'പൊറംപോക്കിലെവിടെയെങ്കിലും, പാർട്ടിക്കാർ ശ്രമിക്കുന്നുണ്ട്.'

'ഏത് പാർട്ടിക്കാർ?'

മാഷ് പഴയ ഗൗരവം വീണ്ടെടുത്ത പോലെ -

'അവളെ എന്റെ വീട്ടുപറമ്പിൽ എന്റെ ഭാര്യയെ ദഹിപ്പിച്ച തെക്കേ കണ്ടത്തിൽ വേണം സംസ്ക്കരിക്കാൻ.

മുറ്റത്തെ മാവ് വെട്ടിക്കോളൂ,

എന്റെ കൂടെ വാ'

രണ്ടുപേർ മാഷിന്റെ കൂടെ ഓട്ടോയിൽ കയറി.

അലമാര തുറന്ന പതിനയ്യായിരം രൂപ കൊടുത്തു.

'ഇത്രയൊന്നും വേണ്ട മാഷേ, ആംബുലൻസിന് കൊടുക്കാനുള്ളത് മതി.'

'ബാക്കി നിങ്ങൾക്ക് ക്ഷീണം മാറ്റാൻ വേണ്ടി വരും'

ഇത്തിരി നേരം പൂമുഖത്തെ ചാരുപടിയിൽ കിടന്നു.

ആംബുലൻസ് വന്നതും വെട്ടിക്കീറിയ മാവിന്റെ വിറകിനുള്ളിൽ വാസന്തി എരിഞ്ഞുതീരുന്നതും രാമചന്ദ്രൻ മാഷ് മരവിച്ചപോലെ കണ്ടു.

മൂന്നാംദിവസം അസ്ഥിയും ചിതാഭസ്മവും രണ്ട് മൺകുടത്തിലാക്കി വാങ്ങി.

പണ്ടെന്നോ വന്ന ഇൻഷുറൻസ് ഏജന്റ് വഴി വാസന്തിയുടെ മോൾക്കായി ഒരു പോളിസി എടുത്തിരുന്നു. കാണാൻ വന്ന പഞ്ചായ ത്ത് പ്രസിഡന്റിനെ അതേല്പിച്ചു.

പിറ്റേന്ന കാലത്ത് പോന്നതാണ് ഇങ്ങോട്ട്.

അടുത്ത സിഗരറ്റും കത്തിച്ചു.

മാഷ് കുട നിവർത്തി വെള്ളത്തിൽ മലർത്തിവച്ചു. നിലയിലെ കലക്ക വെള്ളത്തിൽ അത് ഒഴുകിപ്പോവുന്നത് നിലാവിൽ കാണാം.

അന്നേരത്താണ് സാവിത്രി ഫോണിൽ വിളിച്ചത്:

'അച്ഛൻ എന്തൊക്കെയാ ഈ കാണിക്കുന്നത്? കണ്ട പണിക്കാ രിയെ അമ്മേടെ അടുത്ത് ദഹിപ്പിച്ചുന്നോ?

എന്നിട്ട് അവളുടെ ചിതാഭസ്മം നിമജ്ജനം ചെയ്യാനും ബലിയിടാനും പോവ്വെ?'

'ആരു പറഞ്ഞു നിന്നോട്?'

'രശ്മിണി അമ്മായി വിളിച്ചിരുന്നു. അവരൊക്കെ വലിയ ദേഷ്യ ത്തിലാ '

'അതോണ്ട് എനിക്കെന്താ?'

'നാണമാവുന്നില്ലേ അച്ഛന്?'

'ഇല്ല'

'ആരാണീ വാസന്തി?'

'എന്റെ മകൾ'

'മകളോ ! അങ്ങനെയും ആയോ?'

'അച്ഛനാവുന്നത് ജൈവികമായി മാത്രമല്ല , അങ്ങനെയായയ്തുകൊ ണ്ടമാത്രും മക്കളാവണമെന്നമില്ല...'

'... എങ്കിൽ വൈകാതെ ഞാൻ വരുന്നുണ്ട്. അടുത്ത മാസം തന്നെ. സ്വത്തിന്റെയും തറവാടിന്റെയുമൊക്കെ കാര്യം തീരുമാനിക്കണം'

'വേണമെന്നില്ല. അത് ഞാൻ ചത്താൽ നിനയ്ക്കുള്ളതു തന്നെ'

ഫോൺ കട്ട് ചെയ്ത് സിഗരറ്റ് ആഞ്ഞുവലിച്ചു.

കളിവഞ്ചി പോലെ ഒരു കുഞ്ഞു തോണി കടവത്ത് അടുത്തു.

മാഷേ, പോവാം,

മോളെ വാസന്തി

കൈപിടിച്ചു അവൾ കൂടെയിരുത്തി.

കടവാതിലുകൾ കൂട്ടമായി പറക്കുന്നുണ്ട്.

കഴകന്മാർ നിലാവിൽ നിഴൽ പോലെ വട്ടമിടുന്നുണ്ട്.

ഓലിയിട്ടന്ന നായ്ക്കൾ മൗനം പാലിച്ചു.

ഒഴുക്കെന്ന പ്രതിഭാസത്തിൽ അവർ വിലയം പ്രാപിച്ചു

ഭാനുമതി

ഞായറാഴ്ചത്തെ പ്രാതൽയുദ്ധം കഴിഞ്ഞ് ന്യൂക്ലിയർ കുടുംബാം ഗങ്ങൾ അവരവരുടെ മാളത്തിലേക്ക മടങ്ങി. ബാറ്റം ബോളമായി മോനും, കൂടെ ചാടിയിറങ്ങി മോളം പോയി; ക്രിക്കറ്റിനും ഡാൻസിനുമായിരിക്കണം. ദുര്യോധനൻ ശനിയാഴ്ച രാവിന്റെ ആഘോ ഷത്തിമിർപ്പിൽ ഉറക്കത്തിന്റെ രണ്ടാം എപ്പിസോഡിലേക്ക് വേച്ചവേച്ച് കോണി കയറി. കലങ്ങിയ കണ്ണുകളും ചീർത്ത കൺതടങ്ങളും പത്രപാ രായണത്തിലുള്ള വിമുഖത അറിയിച്ചു.

ഉരുണ്ടും പിരണ്ടും ഞരങ്ങിയും ഇടയ്ക്കിടയ്ക്ക കൂർക്കം വലിച്ചും മൂപ്പര് രോഗിയെ പോലെ കിടന്നു. മുറിയാകെ മദ്യശ്വാസം നിറഞ്ഞിരിക്കുന്നു. സിങ്കിൽ കുന്നുകൂട്ടിയ എച്ചിൽപാത്രങ്ങൾക്ക് മുമ്പിൽ ഭാനുമതി ഏകാ ന്തയായി അല്പനേരം നിന്നു. 'എന്നാൽ ഇന്ന് എനിക്കും അവധി' എന്ന ഭാവത്തിൽ അവളും മുറ്റത്തേക്കിറങ്ങി.

നല്ല പ്രഭാതം, പുലരിയിൽ പെയ്ത ചാറ്റൽ മഴയിൽ കുഴഞ്ഞു കിടക്ക ന്ന പത്രം എടുത്തു വെയിസ്റ്റ് ബിന്നിൽ ഇട്ടു. ഒന്ന് മുറ്റമടിച്ചാലോ? ഏയ് വേണ്ട, നാളെ ജോലിക്കാരി വരുമല്ലോ? വെയിലിന്റെ തിളക്കത്തിൽ ആകാശം അതീവ മനോഹരം! ഇളംകാറ്റ വീശി.

രണ്ടുമൂന്നുവട്ടം ശ്വാസം ദീർഘമായി എടുത്ത് പുറത്തേക്ക വിട്ടു. കണ്ണ ടച്ചു നിന്നു. വിയർത്തു കുളിച്ച ഓടിയെത്തി ആർത്തിയോടെ തണുത്ത വെള്ളം കുടിച്ച കണ്ണടച്ച നിൽക്കുന്ന ജോലിക്കാരിയെ ഓർത്തു. അവി ചാരിതമായാണ് ആ വിളി കേട്ടത് -

"ഭാനൂ, ഏയ് ഭാനുമതി "

ഭാനുമതി റോഡിലേക്ക നോക്കി. ആരുമില്ല. ചുറ്റിലും തിരഞ്ഞിട്ടും ആരെയും കണ്ടില്ല. പിന്നെയാര്! അതൊരു സ്ത്രീശബ്ദമാണ്, സ്നേഹാ ദ്രമായ വിളി -

"ഭാനു "

ആശ്ചര്യം! ആ ശബ്ദം ആകാശത്തു നിന്നാണ്! വെട്ടിത്തിളങ്ങുന്ന ഒരു മേഘശകലമാണത്! അതിവേഗം കുതിക്കുന്ന പക്ഷിയുടെ ആകൃതിയുള്ള ഏകാകിയായ ഒരു കുഞ്ഞുമേഘം.

"ഭാനു, വരുന്നോ എന്നോടൊപ്പം"

ഈശ്വരാ, ഇതെന്താണ് മായയോ വിഭ്രമമോ!

"നീ വാ എന്നോടൊപ്പം. നിന്റെ സ്കൂട്ടറിൽ . നീ ഭൂമിയില്ലും ഞാൻ ആകാശത്തും"

ഭാനുമതി മറ്റൊന്നും ആലോചിച്ചില്ല. വേഷം മാറിയില്ല, മുടി ചീകിയില്ല. പുത്തൻ ഇലക്ട്രിക് സ്കൂട്ടറിൽ പുറത്തേക്കു കുതിച്ചു.

"മിടുക്കി. വാ, ഇത്തിരിനേരം എന്നോടൊപ്പം. നീ എന്നെ നോക്കി വല്ലയിടത്തും കൊണ്ടുപോയി ഇടിക്കരുത്, വീഴരുത്."

"മേഘനാ, ഇത്തിരി വേഗം കുറയ്ക്ക്."

"മേഘനയോ, ആ പേര് എനിക്കിഷ്ടായി"

"നീ എങ്ങോട്ടാ ഇത്ര തിരക്കിട്ട്?"

"എങ്ങോട്ടെന്ന് ഞാൻ ഒരിക്കലും ആലോചിച്ചിട്ടില്ല, അടുക്കള എന്ന ഗൃഹയിൽ നിന്നും പുറത്തേക്കിറങ്ങുമ്പോൾ നിനയ്ക്ക് സ്വഭാവികമായും അത് തോന്നാം."

"എനിക്കെന്തെടുക്കള, എന്ത് ചുമര്? ആകാശത്തിന് അതിരുകളില്ലല്ലോ ഭാനു.. സകലരെയും യാത്രയാക്കി,നീ വൈകി ഓഫീസിന്റെ കോണിപ്പടികൾ കേറുമ്പോൾ നികൃഷ്ടനായ ഓഫീസ് തലവന്റെ ചീത്തയും മൂരിശ്യംഗാരവും ഭയന്നുള്ള ഹൃദയമിടിപ്പ് പോലും അറിയുന്ന ഒരു കൂട്ടുകാരി ആയി കണ്ടാൽ മതി."

"മേഘനാ , നീ ആരാണ്?"

അവൾ ചിരിച്ചു, വെള്ളിവെളിച്ചത്തിൽ മിന്നി തിളങ്ങി.

"ഭാനു, എവിടെ നിന്നിലെ നർത്തകി, പാട്ടുകാരി, വർണ്ണങ്ങൾ വാരിവിതറിയ കുടുംബചിത്രങ്ങൾ?അമ്മേ എന്നോ, ഭാനു എന്നോ മോളെ എന്നോ ഒക്കെയുള്ള വിളിയുടെ ശ്രുതിയില്ലും ഭാവത്തില്ലും നിനയ്ക്ക് മനസ്സിലാവാറില്ലെ ഓരോരാളുടെയും ഇംഗിതം? ഇംഗിതങ്ങൾക്ക് സദാ വഴങ്ങുന്നവരുടെ താവളമാണ് അടുക്കള."

അതാ മുമ്പിൽ ഒരു ഹോട്ടൽ:

'ഹോട്ടൽ അടുക്കള '

"ദൈവമേ, ഹോട്ടലിനും അടുക്കള എന്ന പേര് വീണോ?"

"മേഘനാ, നിനയ്ക്കിതൊക്കെ എങ്ങനെ അറിയാം?"

"അതാണ് ആകാശത്തിന്റെ സാധ്യത, അനന്തം, അജ്ഞാതം, സർവസ്വതന്ത്രം."

"മേഘനാ, എനിക്ക് നിന്നോട് അസൂയ തോന്നുന്നു."

"അസൂയ പാടില്ല എന്ന് ഞാൻ എപ്പോഴും പറയാറില്ലേ? "

"അതിന് ഇതിനുമുമ്പ് നമ്മൾ തമ്മിൽ കണ്ടിട്ടില്ലല്ലോ? നീയൊന്നു നിൽക്കുമോ മേഘനാ.."

"അയ്യോ അത് മാത്രം പറയരുത്, യക്ഷ കിന്നര ഗന്ധർവന്മാരെ പോലെ ഞങ്ങൾക്കുമുണ്ട് ചില കല്പനകൾ. നിൽക്കരുത്, നിന്നു പോയാൽ ഘനീഭവിച്ച കിടക്കും. അഹല്യയെപ്പോലെ യുഗങ്ങളോളം ഘനീഭവിച്ച കിടക്കാൻ എനിക്ക് പറ്റില്ലെന്ന് നിനയ്ക്കറിയില്ലെ?

വേഗതയ്ക്കിടയിൽ തമ്മിലുരസണം, മിന്നൽപ്പിണരുകൾ പടർ ത്തണം. പെണ്ണിലേക്ക് സമസ്ത ഊർജവും ആവാഹിച്ച് അട്ടഹസിച്ച പൊട്ടിച്ചിതറണം."

"നീയൊരു ഭയങ്കരി തന്നെ!"

"ഒന്നോർത്തു നോക്കൂ ഭാനു, സത്യത്തിൽ വീടിന്റെയോ ജീവിതത്തി ന്റെയോ കേന്ദ്രബിന്ദു അടുക്കളയല്ലേ? എന്നും പെയ്യേണ്ടുന്ന, ആവർ ത്തന വിരസമായ, ആവേശംകെട്ട ഭ്രമിക!

ജീവിതം തന്നെ ഒരേ കഥാപാത്രത്താൽ ആവർത്തിക്കപ്പെടുന്ന കഥകളിയാണ്. കഥ കളിയാവുന്നതുകൊണ്ടാണ് അത് ഹൃദ്യമാവുന്നത്.

ഒരേ വേഷക്കാരൻ തന്നെ രൗദ്ര ഭീമനായും കാമുകനായ കീചക നായും പല അരങ്ങത്തും വന്നേക്കാം, ദ്വന്ദ്വയുദ്ധങ്ങളുടെ പരമ്പരകൾ ആവർത്തിക്കപ്പെടാം. കളി തീരുമ്പോൾ വിളക്കുമാത്രമാണ് പലപ്പോഴും സാക്ഷി! "

"മേഘനാ, എനിക്കൊന്നും പിടി കിട്ടുന്നില്ല, നീ എന്റെ സ്വത്വത്തി ലേക്കു ഊർന്നിറങ്ങും പോലെ."

മേഘന തൊട്ടടുത്ത ഒരു മേഘചെക്കനെ ഒന്നു തോണ്ടി. മിന്നൽ തെളിഞ്ഞു. അവൾ ചിരിച്ച കൊണ്ട് കണ്ണിറുക്കി.

ഈ കണ്ണിറുക്കൽ ഞാനിതിനു മുമ്പും കണ്ടിട്ടുണ്ടല്ലോ?

"ഭാനു, നീ മടങ്ങിക്കോളൂ, നിനയ്ക്ക് എന്റെ സാഹസബുദ്ധിയോ ജീവിതമോ അല്ല ചേരുക. നീയാണ് ശരി, നല്ല പെണ്ണ്. പക്ഷേ നല്ല

പെണ്ണെന്ന വിളിയിൽ നീ വീഴരുത്, നിനക്ക് നിന്നെ നഷ്ടമാവും!

ഭാനു, എനിക്ക് ഈ ജീവിതവും അവസാനിപ്പിക്കാറായി. ആ കൊട്ട മുടിയിൽ ഇടിച്ചുപെയ്യണം, അതാണെന്റെ വിധി "

ഭാനുമതി വണ്ടി നിർത്തി, ആകാശത്തേക്ക് നോക്കി.

"മോളെ, അനസൂയേ, എന്റെ അനു"

അനസൂയ എന്ന അതിബുദ്ധിയും അതിസൗന്ദര്യവും കിറുക്കുകളുമുള്ള, മുടി പിന്നിയിട്ട കളിക്കൂട്ടുകാരിയും സഹപാഠിയുമായി മേഘന രൂപാന്തര പ്പെട്ടു. നീണ്ടുമെലിഞ്ഞ വിരലുകളുടെ സ്പർശം വൈദ്യുതിയായി പടർന്നു. പഠിപ്പിൽ, മിടുക്കിൽ, കുരുത്തക്കേടിൽ എന്നും ഒന്നാമതായ ബെസ്റ്റ് കേഡറ്റ് അനസൂയ ശങ്കർ!

സമൃദ്ധമായ മുടിമുറിച്ച ചെക്കന്മാരെ പോലെ നടന്നവൾ. ഒരേ സമയത്ത് ഒരുപാട്ട കുട്ടിക്കാമുകരെ വട്ടംകറക്കിയ ദൃഢമായ കണ്ണുകൾ തനിക്ക കാണാം.

അതെ, ഈ മേഘന എന്റെ അനു, ആരോട്ടും അസൂയ ഇല്ലാത്ത അനസൂയ.

വായുസേനയിലേക്ക് ചേക്കേറി പോർവിമാനങ്ങൾ പറത്തിയ എന്റെ അനു. ഹിമഗിരി ശൃംഗത്തിലെവിടെയോ ഇടിച്ച് പെയ്തിറങ്ങി.

അനു, ഭാനുമതിക്ക പൊട്ടിക്കരയാതിരിക്കാൻ കഴിഞ്ഞില്ല.

അനു കൈ വീശി, തന്റെ വേദനകളിൽ കൈകോർത്തു. സാന്ത്വനം നൽകിയ കൈവിരലുകൾ.

രണ്ടുമൂന്ന് മിന്നലും ഇടിവെട്ടും!

അനു പെയ്ത്ത തുടങ്ങിയിരിക്കുന്നു.

ഹെൽമെറ്റ് ഊരി പെട്ടിയിൽ ഇട്ടു. അവൾ എന്നിലേക്ക് മൂർധാവി ലൂടെ പെയ്യട്ടെ.

ഊർജം നിറഞ്ഞ പവർഹൗസ് പോലെ ഭാനുമതി വീട്ടിൽ തിരി ച്ചെത്തി.

ദുര്യോധനന്റെ കണ്ണുകൾ കലങ്ങിയിട്ടുണ്ട്.

അവഗണനയിൽ അവസാനിക്കാത്ത ഒരു രൗദ്രനം പുല്ലിംഗവ്വമില്ല.

കുളിമുറിയുടെ വാതിലടച്ച് ഭാനുമതി വിങ്ങിപ്പൊട്ടി കരഞ്ഞു.

ഇല്ല മോളെ, എനിക്കാരോട്ടും അസൂയയില്ല, പരിഭവവ്വമില്ല. നീയാണ് എന്റെ ഉള്ളിൽ.

     കാഞ്ഞിര കഥകൾ

ജൈവം

സ്ക്ര‍ൾ ബസ് വരാൻ വൈകിയല്ലോ? സ്വതെ രണ്ടരയ്ക്ക് എത്താറ‍ുണ്ട്, ഇപ്പോൾ മൂന്ന് മണിയായി. കൊട്ടം ചുട്ടം!

ബസ് വെയ്റ്റിങ് ഷെഡ്ഡിൽ മക്കളെ കാത്ത‍ു കുറച്ച് അമ്മമാരും ഏക അച്ഛനായി ഞാനും. വൈകുംതോറും എല്ലാവരും ടെൻഷനിൽ ആണ്, അസ്വസ്ഥരാണ്.

ന്താത് ഇത്രുയ്ക്ക വൈകാൻ! ഇവർക്കൊരു വ്യവസ്ഥയും ഇല്ല എന്നൊക്കെ മാതിരിയുള്ള വർത്തമാനം കേൾക്കാം.

മോനെ കാത്ത‍ുനിൽക്കുന്ന അച്ഛനോട് പുച്ഛമോ സഹതാപമോ ഉണ്ടോന്നറിയില്ല, ആരും ചിരിക്കകയോ തന്നെ ചർച്ചയിൽ പങ്കെട‍ുപ്പിക്കുകയോ ചെയ്യില്ല.

ടെൻഷൻ മറക്കാൻ ആവണം അവർ പൊങ്ങച്ചങ്ങൾ പറയുകയും ഭർത്താക്കന്മാരുടെ ഭക്ഷണരീതികളും കേമത്തങ്ങളും ഒക്കെ ഏകപക്ഷീയമായി പറഞ്ഞു കൊണ്ടിരുന്ന‍ു.

തിളയ്ക്കുന്ന റോഡിലേക്ക് നോക്കുമ്പോൾ ഉയരുന്ന വെയിൽ നാളങ്ങൾ കാണാം.

ഷെഡ്ഡിന്റെ തൂണിൽ ചാരി നിന്ന് മൊബൈലിൽ എന്തെങ്കിലും നോക്കാം എന്ന് വിചാരിച്ചെങ്കിലും പരിഭ്രമം അനുവദിച്ചില്ല.

ഏതോ ഒരമ്മ ചോദിച്ചു

"സാറേ, വല്ലാതെ വൈകിയല്ലോ? ആ ഡ്രൈവറെ ഒന്ന് വിളിച്ചൂടെ? "

അവരുടെ ഒക്കെ കയ്യിൽ ഫോൺ ഉണ്ട്. വിളിക്കാൻ വേണ്ടി മാത്രം തന്നെ സാറാക്കി!

കുറച്ച് കൂടി നോക്കാം, വല്ല ബ്ലോക്കും ഉണ്ടായി കാണ‍ും.

അവർക്കത് പിടിച്ചില്ല, ഇവനെന്ത് സാറ്, ന്റെ ഭർത്താവോ മറ്റോ ആവണ്ടീർന്നു എന്ന മട്ടിൽ മുഖം തിരിച്ചു.

റോഡിൽ കൂടി ഒരു സ്ത്രീ നടന്നു വരുന്നത് കാണാം, അതി വൃദ്ധയാണ്! വിറച്ചും വേച്ചും തലയിൽ തീനാളം ഏറ്റവാങ്ങി ടാർ റോഡ് ഒരുക്കിയ പരവതാനിയിലൂടെ മന്ദം മന്ദം അടിവെച്ചടിവെച്ച് വടികുത്തി വരികയാണ്.

ഇടയ്ക്കിടെ നിലവിളി പോലെ ചില ശബ്ദങ്ങൾ ഉണ്ടാക്കുന്നുണ്ട്! ഏതാണ്ട് റോഡിനു നടുവിലൂടെയാണ് നടത്തം.

ഓ, പ്രാന്തി വരുന്നുണ്ട്! ദൈവമേ കുട്ടികൾ കണ്ടാൽ പേടിക്കുമലോ?

ഒരമ്മ പറഞ്ഞു.

ഇടയ്ക്കിടെ കടന്നു പോകുന്ന വണ്ടിക്കാർ തെറി വിളിക്കുന്നത് കേൾക്കാം.

പൊരക്കിരുന്നൂടെ തള്ളേ എന്നൊക്കെ.

വൃദ്ധയും ആവുന്ന വണ്ണം തിരികെ ചീത്ത പറയുന്നുണ്ട്.

അവരെ നോക്കിയിരിക്കെ വീണ്ടും പതിനഞ്ചു മിനിറ്റ് കഴിഞ്ഞു.

അമ്മമാരും പരിഭ്രമം മറന്നു ആ സ്ത്രീയെ പറ്റി പറയുന്ന കേട്ടു,

"ഏതോ വല്ല്യ വീട്ടിലെ തള്ളയാത്രേ, അത് വീട്ടിൽ ഇരിക്കില്ല, ഇത്തിരി നൊസ്സുണ്ടെന്നാ പറയുന്നേ,മക്കൾ കുറെ ഇണ്ട് പോല്വം, ഒക്കെ നല്ല നിലേല്വം! "

ആ പറഞ്ഞ തള്ള വെയിറ്റിങ് ഷെഡ്ഡിലേക്ക അടുത്തു.

ജട കെട്ടിയ തല, ഒന്ന് രണ്ട് ചോപ്പ് തുണിക്കക്ഷണം കെട്ടിയിട്ടുണ്ട്. ഒരു ചെമ്പരത്തി പൂ തലയിൽ ച്ചൂടിയിട്ടുണ്ട്. ചുക്കി ചുളിഞ്ഞ മുഖവും പീള കെട്ടിയ കണ്ണകളും.

മുട്ടോളം എത്തുന്ന ഒരു മുഷിഞ്ഞ മുണ്ട്, അതും കീറിയിട്ടുണ്ട്. കൈത ണ്ടയിലും കണംകാലിലും രണ്ട് മൂന്ന് തുണിക്കെട്ടുകൾ. പഴുത്ത വ്രണങ്ങ ളിൽ നിന്ന് നീരൊലിക്കുന്നുണ്ട്. ഈച്ചകൾ പൊതിയുന്നുണ്ട്.

വിയർത്തൊലിക്കുന്ന കഴുത്തും ജടയും മാറി മാറി മാന്തിക്കൊണ്ട് അവർ ഷെഡ്ഡിലേക്ക് കേറി.

കടുത്ത നാറ്റമുണ്ട്.

അമ്മമാർ മൂക്ക് പൊത്തുകയും തുപ്പുകയും ചെയ്തു. അവരൊക്കെയും ഇറങ്ങി കുറച്ച് അകലേക്ക് നിന്നു.

അവർ വടി ചാരി വെച്ചു, തോളിലെ പഴം തുണി കെട്ട് ഇറക്കി വെച്ചു.

                    കാഞ്ഞിര കഥകൾ

കാലുകൾ കേറ്റി വെച്ച ഈച്ചകളെ ആട്ടി കൊണ്ടിരുന്നു.

"ന്തിനാ മക്കളേ ഇങ്ങനെ അമ്മേനെ വെഷോപ്പിക്കുന്ന്? "

ഈച്ചകൾക്ക് എന്ത് അമ്മ? എന്ത് മക്കൾ? ഒക്കെയും ഭക്ഷണം!

ഇത്തിരി നേരം കണ്ണടച്ചിരുന്നു പാവം.

ബ്ലൗസ് ഇട്ടിട്ടുണ്ടെന്നേ ഉള്ളൂ, ഒറ്റ ഹുക്കിന് കീഴെ പിളർന്നു കിടക്കുന്ന അതിന്റെ ചോട്ടിൽ ഉണങ്ങി ചുരുണ്ട അമ്മിഞ്ഞകളിൽ അവർ മാന്തി കൊണ്ടിരുന്നു.

വലിയ വീട്ടിലെ മക്കളെ ഊട്ടി വളർത്തിയ അമ്മിഞ്ഞകൾ കാലത്തോട് കണക്ക തീർക്കും പോലെ അവശേഷിക്കുന്നു.

തിരുജടയിലെ ചെമ്പരപ്പ് വാടിയിട്ടില്ല.

ആരോ ഉപേക്ഷിച്ച പോയ അരക്കുപ്പി വെള്ളം ഷെഡ്ഡിൽ നിന്നെടുത്ത ആ അമ്മ രണ്ട് മൂന്ന് കവിൾ കുടിച്ചു. കുറച്ച് ജടയിൽ ധാര ചെയ്തു.

പിന്നെ ചൊല്ലുകയാണ്

"മാളികമുകൾ ഏറിയ മന്നന്റെ തോളിൽ മാറാപ്പ കേറ്റന്നതും ഭവാൻ, രണ്ട് നാള് ദിനം കൊണ്ടൊരുത്തനെ തണ്ടിലേറ്റി നടത്തുന്നതും ഭവാൻ "

അപ്പോഴേക്കും സ്കൂൾ ബസ് വന്നു. കുട്ടികൾ ചാടി ഇറങ്ങി.

അമ്മമാർ ഓടിയെത്തി, എടുത്തു, ഉമ്മ കൊടുത്തു. യൗവ്വനം വിടാത്ത അമ്മമാർ പറയുന്ന കേട്ടു,

"മോനെ /മോളെ അങ്ങോട്ട് നോക്കണ്ട, ആ പ്രാന്തിയുണ്ട്, രാത്രി പേടിയാവ്വം! "

എന്റെ മോനും വന്നു. അവൻ ഉത്സാഹത്തോടെ ഓടി എത്തി.

"അച്ഛാ, റോഡിൽ ഒരച്ഛമ്മയെ വണ്ടി ഇടിച്ച.വണ്ടി നിർത്തീല പോലും. റോഡിലൊക്കെ ചോര ഇണ്ട്. ആസ്പത്രീല് കൊണ്ടോയി പോലും. അച്ഛമ്മ രക്ഷപ്പെട്ടുവോ അച്ഛാ"

രക്ഷപ്പെട്ടും മോനെ

പറഞ്ഞു തീർന്നതും അവൻ ആ ഇരിക്കുന്ന അച്ഛമ്മയെ നോക്കി. അച്ഛമ്മ മോനെയും.

പല്ലില്ലാത്ത അച്ഛമ്മ ചിരിച്ചു,

"രക്ഷപ്പെട്ടും മോനെ. അച്ഛമ്മാർക്ക് ഒക്കെ രക്ഷയല്ലേ മോനെ"

അവർ എന്നെ നോക്കി ചോദിച്ചു

"മോനെ അമ്മയ്ക്ക് എന്തേലും തര്വോ?"

ഞാൻ ഒരു പത്തു രൂപ കൈ തൊടാതെ ഇട്ടു കൊടുത്തു.

"അച്ചാ, ഒരു പത്തു കൂടി കൊടുക്ക് "

ചില്ലറയില്ല മോനെ, അമ്പതെ ഉള്ളൂ

"അത് കൊട്ടക്കച്ചാ"

അത് കൊടുത്തു.

അവർ അതൊന്നും നോക്കീല്ല!

മോനെ നോക്കി ചിരിച്ചു. അട്ടത്തേക്ക് വിളിച്ചു.

പോകരുത് എന്ന് ഞാൻ കണ്ണ് കാണിച്ചു.

പക്ഷേ അവൻ പോയി! നിക്കറിന്റെ പോക്കറ്റിൽ നിന്നു നാല് ഫോറിൻ മിട്ടായി എടുത്തു അച്ചമ്മേടെ കയ്യിൽ കൊടുത്തു. (ഏതെങ്കിലും കുട്ടീടെ ബർത്ത് ഡേ ആയിരിക്കും)

അച്ചമ്മയ്ക്ക് മതി മോനെ,

ചെലിയും ചേറും നീണ്ട നഖങ്ങളും ഉള്ള കൈകൊണ്ട് അച്ചമ്മ മോന്റെ തലയിൽ കൈ വെച്ചനുഗ്രഹിച്ചു.

"ന്റെ മോൻ വല്ല്യ ആളാവും"

ഞങ്ങൾ സ്ക്കൂട്ടറിൽ വീട്ടിലേക്ക വിട്ടു.

ഇത്തിരി കഴിഞ്ഞപ്പോൾ അവൻ ചോദിച്ചു.

ആരാച്ചാ അത്?

ഒരച്ചമ്മ

എന്നാലോ

അതിന് മുൻപേ ഒരമ്മ

ഉം

അവനു എന്താണാവോ മനസ്സിലായത്?

എനിക്കും!

രണ്ടു പണിക്കന്മാർ

ദേശീയ പാതയ്ക്ക് അരികിലായി രണ്ടു പണിക്കന്മാർ താമസിച്ചു വരുന്നു. രണ്ടു ജാതി പണിക്കൻമാർ ആയതിനാൽ ഒരേ ജാതി പണിക്കന്മാരെക്കാൾ സൗഹൃദം അവർ തമ്മിൽ ഉണ്ടായിരുന്നു.

അതൊക്കെ പഴയ കഥ.

ദേശീയപാത ആറുവരിയായപ്പോൾ ഒന്നാം പണിക്കരും രണ്ടാം പണിക്കരും തമ്മിൽ വലിയ അന്തരം ഉണ്ടായി. ഒന്നെന്നും രണ്ടെന്നുമു ള്ള വിളിയിൽ ജാതി വിവേചനം ഉണ്ടോ എന്ന് ചോദിച്ചാൽ ഇല്ല തന്നെ.

ഇവർക്ക് രണ്ടു പേർക്കും മുൻപേ വലതു ഭാഗത്തായി ഒറ്റയ്ക്ക് ഒരു ഗണക പണിക്കർ താമസിച്ചിരുന്നു. എകാംഗ പണിക്കർ നിര്യാതനാ യപ്പോൾ അദ്ദേഹത്തിന്റെ ജ്യോത്സ്യൻ എന്ന ബോർഡ് എടുത്തു മാറ്റാൻ ആളില്ലാത്തതിനാൽ അതവിടെ തുരുമ്പു പിടിച്ചു കിടന്നു. അതിന്മേൽ ആസുരമായ ചില വള്ളികൾ കേറി മൂടിയിരിക്കുന്നു. അദ്ദേഹത്തെ പൂജ്യം പണിക്കർ ആയി കണക്കാക്കുമ്പോൾ ഇടത്തുനിന്നും വലത്തോട്ടുള്ള ആദ്യപണിക്കർ ഒന്നാം പണിക്കരും മറ്റെയാൾ രണ്ടാം പണിക്കാര മായി. ഗണിതശാസ്ത്രപരമായ ചില സങ്കീർണ്ണതകൾ ഉണ്ടാക്കുന്നത് നല്ലതാണ്.

ഒന്നാം പണിക്കർക്ക് കളരിയും പരദേവതയും ഒരു പാട് സ്വത്തും മിച്ചം ഒക്കെ ഉണ്ടായിരുന്നു. നിലവിൽ 4.36സെന്റ് ഭൂമിയും ആയിരത്തി ഒരുന്നൂറ് ചതുരശ്ര അടിയുള്ള പാതി ഓട്ടും മുൻഭാഗം വാർപ്പും ആയ വീടും മാത്രമാണ്.

അദ്ദേഹം ഏതോ പത്രത്തിന്റെ ഏജന്റ് ആയിരുന്നു. സുന്ദരിയായ ഭാര്യയും (മധ്യ വയസ്സു കഴിഞ്ഞിട്ടും) നാല് മിഴ്മിടുക്കികളായ പെൺകു ട്ടികളും എട്ടു പൃച്ചകളും ആണ് സ്വന്തമായിട്ട് ഉള്ളത്.

രണ്ടാം പണിക്കർക്ക ഭാര്യയും രണ്ടാൺമക്കളം പിന്നെ രണ്ട നാടൻ നായ്ക്കളും. അദ്ദേഹത്തിന്റെ വീരശ്ശര പരാക്രമിയായ അച്ഛന് നാലേക്രയോളം പോന്ന ചഇപ്പിൽ മൂന്ന് ഭാര്യമാരും അതിൽ കുട്ടികളും ഉണ്ടായിരുന്ന.

രണ്ട പേരുടെയും പേര് സുധാകരപണിക്കർ എന്ന് ആക കൊണ്ട് നാട്ടകാർക്കും പോസ്റ്റമാനും ഒക്കെ തെറ്റ് പറ്റാറുണ്ട്.

ഈ രണ്ടാം പണിക്കർക്ക ദേശീയവികസന വികസനത്തിന് സ്ഥലം ഏറ്റെടുക്കക വഴി കിട്ടിയ ഒരു കോടി നാൽപത്തിയെട്ട് ലക്ഷത്തി മൂവായിരത്തി മുന്നൂറ് രൂപ അദ്ദേഹത്തെയും മക്കളെയും ദുർ വൃത്തരാക്കി എന്ന് പറയാതിരിക്കാൻ നിർവ്വാഹമില്ല.കള്ള കുടി മുതൽ കൂടിയ ഐറ്റങ്ങൾ ഒക്കെ മക്കൾക്ക് പതിവായി.

അദ്ദേഹം മൂവായിരം ചഇരശ്ര അടിയിൽ ഒരു കെങ്കേമം വീട് വെക്കകയും ഗേറ്റിൽ പിച്ചളയിൽ സുധാകരപണിക്കർ എന്ന് ബോർഡ് വെക്കകയും ചെയ്ത.

ദേശീയപാതയുടെ അളവിന് പുറത്തായിപ്പോയ തറവാടി പണിക്കർ സങ്കടം കൊണ്ടം അസൂയ കൊണ്ടം ചുരുങ്ങി ഒതുങ്ങി.

അദ്ദേഹത്തിന്റെ ഭാര്യ റീനയ്ക്ക ആണെങ്കിൽ അതിലൊന്നം താൽപര്യം ഇല്ല.

ആദ്യത്തെ ഇരട്ടകൾ ഉണ്ടായപ്പോൾ റീന പറഞ്ഞു. രണ്ടം പെൺക ട്ട്യോൾ ആവോണ്ട് നന്നായി. ഒന്നിച്ച നൃത്തം പഠിപ്പാക്കാലോ.

ഒന്നാം പണിക്കർ പറഞ്ഞു നാലര സെന്റിൽ അതിന്റെ ഒരു കുറവും കൂടിയെ ഉള്ള.

വഴിപാട്ടകൾ നേർന്ന അടുത്ത സാഹസത്തിന പണിക്കർ ദമ്പ തികൾ തയ്യാറായി. അമ്മമാർക്കും കുട്ടികൾക്കും മാത്രമായുള്ള ആശ്ര പത്രിയിൽ രണ്ട സുന്ദരികുഞ്ഞുങ്ങൾ കൂടി കരഞ്ഞു. (നിറം പറയില്ല, അത് പൊളിറ്റിക്കൽ കറക്ട്നെസിനെ ബാധിക്കും).

നാല് കുട്ടികളും പണിക്കരുടെ മേൽത്തട്ടിലും റീനയുടെ ശിക്ഷണ ത്തിലും പിന്നെ പല പല കലാമണ്ഡലം ടീച്ചർമാർക്ക് കീഴിലും നൃത്തം അഭ്യസിച്ച.

ഏത് നേരവും ചവിട്ടും കൊട്ടും പാട്ടും ജതിയും തന്നെ.

ഇതൊന്നം രണ്ടാം പണിക്കർക്ക് പിടിക്കന്നില്ല. എന്നാൽ ഇടപെട്ട ശല്യം ഒന്നം ഉണ്ടാക്കില്ല. ഓരോ ദിവസത്തേക്ക് ഓരോ കുപ്പി വാങ്ങി വെയ്ക്കം.

   കാഞ്ഞിര കഥകൾ

മൂപ്പര് കാണാതെ മക്കൾ മോട്ടിച്ച് കുടിക്കുന്നതിനാൽ പിന്നെ പൂട്ടി വെക്കും.

ആദ്യകാല സുഹൃത്തുക്കൾ ആയിരുന്നതിനാൽ നേരിട്ട രണ്ടാളും തമ്മിൽ ഉടക്കൊന്നും ഇല്ല. രണ്ടാം പണിക്കരുടെ മക്കൾ കുടിയൻമാർ ആണെങ്കിലും ഒന്നാം പണിക്കരുടെ പെൺമക്കളെ സഹോദരിമാ രായെ കാണാറുള്ളൂ. അങ്ങനെയല്ലാതെ പെരുമാറിയവരെ ഇടവഴിയിൽ വെച്ച കൈകാര്യം ചെയ്ത അനുഭവവും ഉണ്ട്.

രണ്ടാം പണിക്കരുടെ ഭാര്യ ശാന്തയാണ് ശരിയായ 'ശാന്ത'. അവർക്ക് എല്ലാ കുട്ടികളും അവരുടെ കുട്ടികളാണ്. ദുർവ്വത്തരായ സ്വന്തം ചെക്കൻമാരും റീനയുടെ നർത്തകിമാരായ പെൺകുട്ടികളും അവർക്ക് ഒരു പോലെ പ്രിയപ്പെട്ടവർ.

എന്തിനേറെ പറയണം, രണ്ടാം പണിക്കരുടെ ബാങ്ക് അക്കൗണ്ട് ഒക്കെ കാലിയായി.

ഒന്നാം പണിക്കർ മക്കളുടെ കല്യാണത്തിന് ഇട്ടു വെച്ച എഫ്. ഡി കഴിച്ചാൽ മൂവായിരത്തിൽ കൂടുതൽ ഇതുവരെ വന്നിട്ടില്ല.

അങ്ങനെയൊക്കെ ആണെങ്കിലും തെറ്റില്ലാത്ത പഠിപ്പും സുന്ദരി മാരും ക്ലാസ്സിക്കൽ നർത്തകിമാരുമായ മക്കളെ അന്വേഷിച്ച പല തറവാടികൾ വരികയും നാല് കുട്ടികൾക്കും ഒറ്റ ദിവസം വിവാഹം നിശ്ചയിക്കുകയും ചെയ്തു.

ഇനിയാണ് കഥ ആരംഭിക്കുന്നത്.

വരുമാനം കാര്യമായി ഇല്ലാത്ത പണിക്കൻമാരിൽ ധാരാളിയായ രണ്ടാമന് ദേശീയ പാതയ്ക്ക് ഏറ്റെടുത്ത സ്ഥലത്തോട് ചേർന്ന് ഒരു വാല് മറ്റേ പണിക്കരുടെ വീടിനു മുൻവശം വരെ ഉണ്ട്. അത് അയാളുടേതല്ല, സർക്കാരിന്റേതാണ് എന്നും പക്ഷാന്തരങ്ങൾ ഉണ്ട്. അതിലൂടെ ഒരു നടപ്പ് വഴിയും തോട്ടം ഉണ്ട്. പക്ഷേ അസ്സൽ കാഴ്ച കിട്ടുന്ന സ്ഥലം.

വന്ന ചാടിയ പോലെ ഒരു പരസ്യകമ്പനിക്കാരുടെ വണ്ടി മൂപ്പരുടെ വീട്ടിൽ എത്തി.

"പണിക്കരേട്ടാ, ഇവിടെ ചെറിയെ ഒരു പരസ്യബോർഡു വെച്ചോട്ടെ? "

ആദ്യം അഡ്വാൻസ് അഞ്ചു ലക്ഷം, പിന്നെ മാസം തോറും അയ്യായിരം വാടക.

പണിക്കർ കസേരയിൽ നിന്നു എണീറ്റ് പടിയിൽ ഇരുന്നു.

ആയിനേ, അതിപ്പോ എന്റെ സ്ഥലാന്ന് ഉറപ്പില്ലല്ലോ?

"ഓ, അത് കാര്യാക്കണ്ട. ഞങ്ങള് നോക്കിക്കോളാം"

അകത്തു പോയി ശാന്തയോട്ട ചോയ്ച്ചു,അവർ മിണ്ടിയില്ല!

മക്കൾ പറഞ്ഞു ഒപ്പിട്ട കൊടുക്കച്ചാ.

കാശ് വന്നപ്പോ പണിക്കർ വീര്യവാനായി. അച്ഛനും മക്കളും ഒന്നിച്ച കുടിച്ചു.

ശാന്തേടത്തി കരഞ്ഞു.

ഒറ്റ മാസത്തിനുള്ളിൽ മുപ്പതടി ഉയരവും ഇരുപതടി വീതിയും ഉള്ള ഒരു ഇരുമ്പ് പ്രസ്ഥാനം ഒന്നാം സുധാകര പണിക്കരുടെ വീട് മറച്ച കൊണ്ട് ഉയർന്നു.

അടുത്താഴ്ച അടിവസ്ത്ര പരസ്യത്തിന്റെ അർദ്ധ നഗ്നകളായ സുന്ദരി മാരുടെ ചിത്രമുള്ള പരസ്യം അവരോധിതമായി.

ഒന്നാം പണിക്കർ തളർന്നു. കോപാകുലനായി. എങ്കിലും മുന്നിലൂടെ നടക്കുമ്പോൾ ഒന്നു ഒളികണ്ണിട്ട നോക്കും.

വീടിനു മുന്നിൽ നിന്നു നോക്കിയാൽ കുറെ കമ്പികാലുകളും ഫ്രെയിമും നട്ടും ബോൾട്ടും.

റീനേടത്തി പറഞ്ഞു. സാരോല്ല, വീട്ടിനു ഒരു മറ ആയല്ലോ?

ശാന്തേടത്തി പറഞ്ഞു, കഷ്ടമാണ്, ആ കുട്ട്യോൾടെ കല്യാണമാണ്.

രണ്ടാം സുധാകരൻ അടിച്ചും പിരിഞ്ഞും ഇരുന്നു.

കല്യാണം ഉറപ്പിച്ച നാല് ചെക്കന്മാരുടെയും അച്ഛന്മാർ ഒന്നി ച്ചൊരു കാറിൽ എത്തി. അതേയ് സുധാകര പണിക്കരെ, ഇറന്നു പറയു ന്നത് കൊണ്ട് ഒന്നും തോന്നരുത്, നിങ്ങൾ നല്ല കൂട്ടരാണ്, അസ്സല് കുട്ട്യോളം. അവരുടെ അടക്കോം ഒതുക്കോം കണ്ടിട്ടാ ഞങ്ങൾ ഇത് വേണോംന്ന് വെച്ചത്.

ഇത്തിരി പോന്ന ഈ വീട്ടിലേക്ക് വഴിയോ നേരാംവണ്ണം ഇല്ല.

അതൊക്കെ പോട്ടെ, ഈ പരസ്യബോർഡും അശ്ലീല പരസ്യവും കല്യാണത്തിന് മുൻപേ മാറ്റാൻ പറ്റ്വോ? അല്ല മാറ്റണം.

കുട്ട്യോള്ക് എന്ത് കൊടുക്കണം ന്ന് പറയുന്നില്ല, കല്യാണം അമ്പ ലത്തിൽ മതി.

പക്ഷേ ഈ അവലക്ഷണം മാറ്റിയെ പറ്റൂ.

സുധാകരപണിക്കർക്ക് വല്ലാത്ത അപകർഷതയും ജാള്യതയും

പരിഭ്രമവും ഉണ്ടായി.

അയാൾ ആദ്യമായി അയൽക്കാരായ മറ്റുള്ളവരെ വിളിച്ചു, കട്ടൻ കൊടുത്തു.

അവസ്ഥ പറഞ്ഞു, ചെറുപ്പക്കാർ പറഞ്ഞു. ഞങ്ങൾ നോക്കിക്കോളാം സുദാരെട്ടാ. രണ്ട കുപ്പിക്കുള്ള കാശ് തെരി.

മനസ്സില്ലാ മനസ്സോടെ അതും കൊടുത്തു. മാസം ഒന്ന കഴിഞ്ഞിട്ടും ഒന്നും നടന്നില്ല.

രണ്ടും കൽപ്പിച്ച പണിക്കർ കുളിച്ചു കുറിയിട്ട പരദേവതയ്ക്ക വിളക്ക് കൊളുത്തി കുടയുമായി ഇറങ്ങി.

വാർഡ് കൌൺസിലർ വേറൊരു സുധാകരൻ ആണ്.

(ഇവിടെ എല്ലാവർക്കും സുധാകരൻ എന്നാണോ പേര് എന്ന് തോന്നാം, അങ്ങനെ പലയിടത്തും ഉണ്ട്. വടകരയിൽ ഒക്കെ ഒരേയിടത്ത് എത്ര കുമാരൻമാർ ഉണ്ട്, തിരുവനന്തപുരത്ത് എത്ര ബൈജുമാർ!)

സുധാകരൻ പാർട്ടിക്കാർക്കും മറ്റ പാർട്ടിക്കാർക്കും സ്വീകാര്യൻ ആണ്. ആവും‌പോലെ ഓരോന്ന് ചെയ്ത കൊടുക്കും. കൊടുത്താൽ വാങ്ങും. കൊടുത്തില്ലെങ്കിൽ പല തവണയായി കടം വാങ്ങിച്ചോളാം!

അലക്കിത്തേച്ച മുണ്ടും ഷർട്ടുമായി കൌൺസിലർ സുധാകരൻ എങ്ങോട്ടോ ഇറങ്ങാൻ തുടങ്ങുകയാണ്.

എന്താ പണിക്കരേട്ടാ ഈ വഴി?

സുധാരാ, (ആ വിളി അത്ര പിടിച്ചില്ലാന്ന മനസ്സിലായി)

കൌൺസിലർ എന്നെ ഒന്ന സഹായിക്കണം എന്ന് പറഞ്ഞതും മൂപ്പര് സഹായഹസ്തം കൂപ്പി.

വരാന്തേലോട്ട് ഇരുത്തി. എന്താ പണിക്കരേട്ടാ കാര്യം.

എന്റെ മക്കൾടെ കല്യാണമാ, അടുത്ത ചിങ്ങത്തില്, ഇനി എട്ട മാസേ ഉള്ളൂ.

ഏത് കുട്ടീടെ, മൂത്തോൾടെയാ?

നാലാൾടെം ഒന്നിച്ച നടത്താനാ നിശ്ചയം. ഇങ്ങള് വന്ന വേണ്ട പോലെ നടത്തി തരണം.

അതിനെന്താ? എന്തിനാപ്പോ ഇത്ര നേരത്തെ?

അതല്ല കാര്യം, ചെക്കന്മാരുടെ വീട്ടുകാർ ഒറ്റ ഡിമാൻഡ് മാത്രേ വെച്ചുള്ളൂ,

എന്റെ വീട്ടിന്റെ മുന്‍പിലെ ആ പരസ്യബോര്‍ഡ്ഡു ഒന്നു മാറ്റികിട്ടണം. വീടോ കാണുന്നില്ല, വഴിയില്ല, പോരാത്തെന് അമ്മാതിരി പരസ്യോം.

അതിപ്പോ മറ്റേ പണിക്കരേട്ടന്റെ സ്ഥലല്ലേ അത്.

അല്ല, അത് സര്‍ക്കാരിന്റെയാ, റോഡിനു എടുത്തേല് പെട്ടതാ.

ഒറപ്പാണോ,

അതെ

ന്നാ നോക്കാം.

ഡയറിയൊക്കെ മറിച്ചു നോക്കി പറഞ്ഞു, അടുത്ത ശനിയാഴ്ച്ച പാല്‍ സൊസൈറ്റി വരാന്തെല് ഇരിക്കാം.ഏഴ മണിക്ക്. അധികം ആള് വേണ്ട, കച്ചറ ആവ്വം.

മറ്റേ പണിക്കരേട്ടനെ ഞാന്‍ വരുത്താം.

(എന്താണോ എന്തോ ഇവന്റെ മനസ്സില്‍, മറ്റന്റെ മക്കള്‍ പാര്‍ട്ടിക്ക് വേണ്ടി അടിപിടിക്കും പോസ്റ്റര്‍ ഒട്ടിക്കാനും ജാഥക്കും പോകുന്നൊരാ, നോക്കാം)

മൂന്ന് ദിവസം പണിക്കര്‍ ഉറങ്ങീല്ല!

(ആ മൊശകോടന്‍ സമ്മതിക്കുവോ എന്തോ, പൈസാ ചോയ്ക്കാനും മതി)

പാല്‍ സൊസൈറ്റിയില്‍ ഒന്നാം പണിക്കര്‍ ആരരക്ക തന്നെ എത്തി. കൌണ്‍സിലര്‍ ഏഴരക്കം

മറ്റെയാള്‍ അടിച്ച കൊങ്കിയായി എട്ടിനും എത്തി.

രണ്ടു പണിക്കന്മാരും മിണ്ടാട്ടം മുട്ടീട്ട് കുറച്ചായി.

സുധാകരന്‍ മെമ്പര്‍ തുടങ്ങി.

അല്ല പണിക്കരേട്ടന്‍മാരെ നിങ്ങള്‍ അയല്‍ക്കാരും എന്നും കാണണ്ട ആള്‍ക്കാരും അല്ലേ?

ദേ, ഈ പണിക്കരേട്ടന്‍ പറയുന്ന ആ പരസ്യ ബോര്‍ഡ് സര്‍ക്കാര്‍ ഭൂമീലാണെന്ന്. അതൊന്നും അല്ല വിഷയം. ഒരാളുടെ വീട് മറച്ച ഇജ്ജാതി പരസ്യം വെക്കുന്നത് കഷ്ടല്ലേ ഏട്ടാ? അയാളെ മക്കളെ കല്ല്യാണമാ ഉടനെ. അയിന് മുന്‍പേ അതൊന്ന മാറ്റി കൊടുത്തൂടെ?

(ഈ സുധാകരന്‍ കൌണ്‍സിലര്‍ക്ക് കോങ്കണ്ണ് ഉള്ളതിനാല്‍ ആരുടെ മുഖത്താ നോക്കുന്നത് എന്ന് പിടി കിട്ടില്ല.)

രണ്ടാം പണിക്കരുടെ മുഖം ചുവന്നു തുടുത്തു. ഒരു കവർ എടുത്തു മേശമേലേക്കു ഒറ്റ ഏറാണ്.

അത് വില്ലേജ് ആപ്പീസർ കൊടുത്ത കൈവശാവകാശ സർട്ടിഫിക്കറ്റിന്റെ ഫോട്ടോകോപ്പിയാണ്.

എടോ സുധാരാ ഇത് കണ്ടോ ഇജ്,

സർക്കാരിന്റെ ഭ്രമിയാച്ചാ ഓല് നോയ്ക്കോളം. എന്റെ കുടുമ്മത്തിന്റെ കഞ്ഞി കുടി മുട്ടിച്ചിറ്റ ഒരു കല്യാണോം നടത്താൻ വിചാരിക്കണ്ട. കണ്ട ടോത്താര് അയിമ്മല് നോക്കണോ? അയിനൊന്നും സുധാരനെ കിട്ടില്ല. നീട്ടി ഒരു തുപ്പം തുപ്പി പണിക്കർ മുണ്ടഴിച്ചുടുത്തു ഒറ്റ പോക്കാണ്.

അന്തം വീട്ടിരുന്ന ഒന്നാം പണിക്കർ കൊണ്ട് വെച്ച കട്ടൻ കുടിച്ചു.

സുധാകരൻ സാറേ നമുക്കതൊന്ന നോക്കണണ്ലോ എന്നാല്.

നോക്ക് നോക്ക് എന്ന കൌൺസിലറുടെ പറച്ചിലില് ഒരു പരിഹാസം ഇല്ലേ?

പിറ്റേന്ന് വില്ലേജാപ്പീസില് എത്തി.

പുറത്തു അമ്പലമോ പള്ളിയോ ഒക്കെ പോലെ ഒരുപാട് വിനയത്തിന്റെ ചെരിപ്പുകൾ കണ്ടു അയാളും അഴിച്ചു വെച്ചു.

ജനാലയ്ക്കു മുമ്പിലെ ക്യൂവിന പുറമെ അകത്തും ഉണ്ട് ഒരു പുരുഷാരം. സ്ത്രീയാരോം (അങ്ങനെ ഒരു വാക്ക് പുതുതാണ്)

പട്ടയം കിട്ടാൻ, വരുമാന സർട്ടിഫിക്കറ്റ കിട്ടാൻ, നികുതി അടവുകാർ, ധനസഹായക്കാർ. ....

എന്തൊക്കെയോ ആവലാതി വേവലാതിക്കാർ.

വില്ലേജ് ആപ്പീസ് കൂട്ടസ്സായ മൂന്ന് നാല് മുറികളാണ്. അധികനേരം നിന്നാല് വാഗൻ ട്രാജഡി ആവ്വമോ എന്നൊരു സംശയം പഴയ വായനക്കാരനായ പണിക്കർക്കുണ്ടായി.

ഇത്രയധികം ആൾക്കാർ വരുന്ന ഇത്രേം പണം പിരിച്ച കൊടുക്കന്ന അഞ്ചെട്ട ഉദ്യോഗസ്ഥർ ഉള്ള ആപ്പീസ് ഇങ്ങനെ കൂടുസും ഇരുട്ടും ഉള്ളതായത് എന്ത് കൊണ്ട് എന്ന് പണിക്കർക്ക് തോന്നി.

അതൊന്നുമല്ലല്ലോ വിഷയം?

ഏറെനേരത്തെ കാത്തിരിപ്പിന് ശേഷം വില്ലേജാപ്പീസറെ കണ്ടു. നല്ലൊരു ചെറുപ്പക്കാരൻ. കാര്യങ്ങൾ കേട്ട കഴിഞ്ഞു സ്പെഷ്യല് വില്ലജ് ആപ്പീസറുടെ മേശ ചൂണ്ടി അവിടെ പറയാൻ പറഞ്ഞു.

അദ്ദേഹവും സൗമ്യനാണ്, ഇരിക്കാൻ പറഞ്ഞില്ല. നിന്ന കൊണ്ട്

സങ്കടം ബോധിപ്പിച്ചു.

കോർപ്പറേഷനിൽ ഒരു പരാതി സമർപ്പിക്കാനും ദേശീയപാതാ വികസന ആപ്പീസിൽ പോയി രേഖകൾ പരിശോധിച്ച് ആരുടെ ഭൂമി എന്ന തെളിവ് ഹാജരാക്കാനും പറഞ്ഞു.

മറ്റേപണിക്കരുടെകൈവശാവകാശ സർട്ടിഫിക്കറ്റിന്റെ കാര്യം പറഞ്ഞപ്പോ മൂപ്പര് ഒരു പ്രത്യേക ചിരി ചിരിച്ച് കൈ മലർത്തി.

ആ ചിരിയിൽ പണിക്കർക്ക് ഒരു പ്രതീക്ഷയും ഉന്മേഷവും കൈവന്നു.

ഹരജി എഴുത്തുകാരൻ മാമു ഇരിക്കുന്ന മരച്ചോട്ടിൽ ചെന്ന് വെള്ള കടലാസിൽ ഹരജിയും എഴുതിച്ച കോർപ്പറേഷൻ ഓഫീസിൽ പോയി വരി നിന്നു കൊടുത്തു കഴിഞ്ഞപ്പോൾ നേരം വൈകുന്നേരം 4.45.ഊണ് പോലും കഴിച്ചില്ല.

വീട്ടിൽ ചെന്ന് കേറിയപ്പോ റീന ചോയ്ച്ചു. "ന്തായി സുധാരേട്ടാ " ഒന്നുമായില്ല!

പിറ്റേന്ന് ദേശീയപാതാ വികസന ആപ്പീസിൽ എത്തിയപ്പോ സെക്യൂരിറ്റിക്കാരൻ കടത്തി വിട്ടില്ല അയാളമായി കശ പിശ കൂടിക്കൊ ണ്ടിരിക്കെ ബോർഡു വെച്ച ഒരു വല്യ കാറിൽ ഒരാൾ പിൻ സീറ്റിൽ നിന്നു ഗ്ലാസ് താഴ്ത്തി.

സെക്യൂരിറ്റിക്കാരനെ രൂക്ഷമായി നോക്കി പണിക്കരോട് വന്നോളാൻ ആംഗ്യം കാട്ടി.

പ്രൊജക്ട് ഹെഡ് ആണ്, ഹിന്ദിക്കാരനാ.

പണിക്കർ എ. സി മുറിയിൽ ഇരുന്നു വിയർത്തു.

ആവുന്ന വണ്ണം കാര്യം പറഞ്ഞൊപ്പിച്ചു.

മൂപ്പര് സർവ്വേയറെ വിളിപ്പിച്ചു. നോക്കി കൊട്ടക്കാൻ ഏൽപ്പിച്ചു.

പഴയ രേഖകൾ കമ്പ്യൂട്ടറിലും രജിസ്റ്ററുകളിലും തപ്പി അയാൾ പറഞ്ഞു.

ശരിയാ, ഇത് എൻ എച്ചിന്റെ സ്ഥലമാ. അതിന്റെ കോംപൻ സേഷൻ ഒരു സുധാകര പണിക്കർ കൈപ്പറ്റിയിട്ടുണ്ടല്ലോ?

അത് നിങ്ങൾ അല്ലേ?

അല്ല സാർ, അയാൾ വേറൊരു സുധാകര പണിക്കാരാ.

ചില്ലറ പണം അടപ്പിച്ച സ്ലെക്ച്ചും മറ്റ വിവരങ്ങളും കൊടുത്തു.

പണിക്കർ ഹിന്ദിക്കാരൻ ആപ്പീസറുടെ കാലിൽ തൊട്ട.

"ക്യാ പണിക്കർജി, ഐസാ ക്യോം, ചലോ, ഫല്ലക്ക് സർവ്വേറെ കാണൂ"

പണിക്കർ കൈകുപ്പി ഇറങ്ങി. നീട്ടി വിളിച്ചു

"ന്റെ കളരി പരദേവതേ, ഗുരുക്കന്മാരെ, ചാത്തൻമാരെ ന്റെ കൂട്ട്യോളെ കാത്തോൾണേ"

അങ്ങനെ പണിക്കർ പലപല ആപ്പീസിലും കേറിയിറങ്ങി.

വീണ്ടും അയൽക്കാർക്ക് കട്ടൻ വാങ്ങി കൊടുത്തു. പോക്കിരി പിള്ളേർക്ക് "ജവാൻ" വാങ്ങി കൊടുത്തു.

മൂന്ന് മാസത്തെ കാത്തിരിപ്പിന് ശേഷം സ്ഥലം അളന്നു.

സ്ഥലം സർക്കാറിന്റെയാണ്, ബോഡ് മാറ്റാവുന്നതാണ്.

വിജയം ആവുന്നു എന്ന തോന്നൽ പണിക്കരെ മുമ്പോട്ട് നയിച്ചു.

അതിനിടെ സുധാകരൻ കൌൺസിലർ മൂന്ന് നാല് വട്ടം ആയിരം വീതം 'കടം' വാങ്ങിച്ചു.

മൂപ്പർക്ക് കാര്യം നടത്താനായി ഒരാളെ ഏർപ്പാടാക്കി കൊടുത്തു.

'ജൂലിയൻ'എന്ന് പേരായ ഒരാളെ. അയാൾ കോടതിയിൽ നിന്നു വിരമിച്ച പ്യൂൺ ആണ്. അയാളെ ഓട്ടോവിൽ കൊണ്ട് പോവണം, ദിവസം ആയിരം ഉറുപ്പ്യ കൊടുക്കണം.

മക്കൾക്ക് കല്യാണച്ചെലവിന് വെച്ച എഫ് ഡി പൊട്ടിച്ച അതിൽ നിന്നാ ഈ ദുർവ്യയം.

"റീനേ, എന്താകുംടോ, പണമൊക്കെ തീർവ്വല്ലേ?"

സാരുല്ല സുധാരേട്ടാ, ആ ആശ്രീകരം പോയാലല്ലേ കല്യാണം നടക്കൂ. അവരുടെ കണ്ണ് നനഞ്ഞു.

അയ്യകണ്ടു പണിക്കരുടെം.

ഒടുക്കം കോർപ്പറേഷൻ ഉത്തരവായി.

ബോർഡ് നീക്കം ചെയ്യാൻ!

റീനയും മക്കളും അഞ്ചു വിളക്കിൽ അഞ്ചു തിരിയിട്ട് പ്രാർത്ഥിച്ചു.

അപ്പോഴേക്കും രണ്ടാം പണിക്കർ കോടതിയിൽ നിന്നു ഒരു സ്റ്റേ ഉത്തരവ് കൊണ്ട് വന്നു ബോർഡിന് കീഴേ ഒട്ടിച്ച വെച്ചു.

ഒന്നാം പണിക്കർ വരാന്തയിൽ തളർന്നിരുന്നു. വിയർക്കുന്നു, നെഞ്ചു വേദന ഉണ്ടോ, ഇല്ല, ഉണ്ടായിക്കൂടാ, ജൂലിയൻ എത്തി.

"പണിക്കരേട്ടാ, തളരരുത്, നമുക്ക് സ്റ്റേ വെക്കേറ്റ ചെയ്യണം.

സംഗമേശ്വരൻ വക്കീലിനെ കാണാം. മൂപ്പര് പ്ലി ന്ന ശരിയാക്കി തരും.

റീന പറഞ്ഞു, "ഏട്ടാ, എന്നാലത് ചെയ്യണം, ഞാൻ ഏട്ടൻമാരോട് കുറച്ച് കടം ചോയ്ച്ചിട്ടുണ്ട്."

കേസ് തുടങ്ങി, ലേഡിമുൻസീഫ് ആണ്. ഒന്ന രണ്ട തവണ വക്കീൽ കാര്യം ബോധ്യപ്പെടുത്തി.

അവർക്ക ഒക്കെ മനസ്സിലായി.

കമ്മീഷനെ വെക്കാൻ ഉത്തരവായി.

എണീറ്റപ്പോൾ മുൻസീഫിന്റെ നിറവയർ പണിക്കർകണ്ടു.

നല്ലൊരു മുൻസീഫ് മോള്. ഗർഭിണിയായിട്ടും ജോലി ചെയ്യന്നകണ്ടി ല്ലേ? കമ്മീഷണർ വന്ന ഇതു നിന്ന പൊളിപ്പിക്കും എന്നാ പണിക്കർ വിചാരിച്ചത്!

ചെറുപ്പക്കാരൻ വക്കീൽ കമ്മീഷൻ മൂന്ന് മാസമായിട്ടും റിപ്പോർട്ട് കൊടുത്തില്ല. ഇനിയും കമ്മീഷനും സർവ്വേയറും വീണ്ടും അളക്കണം പോല്യം.

ജൂലിയൻ പറഞ്ഞു "പണിക്കരെ ഇത്രയൊക്കെ ആയില്ലേ? പത്തര പ്യ മൂപ്പർക്കും കൊട് "

പത്തർപ്പ്യയോ?

ഉ്ഹാ, പത്തായിരം.

ഇടിവെട്ടിയ പോലെ പണിക്കര് ഇരുന്നു.

പതിനായിരം ജൂലിയനെ ഏൽപ്പിച്ചു. നിങ്ങൾ പോയാ മതി.

ഓട്ടോ കാശും ജൂലിയന്റെ കൂലിയും വേറെയും.

ഒടുക്കം കമ്മീഷൻ റിപ്പോർട്ടും കോടതിയിൽ എത്തി.

ഇനി കല്യാണത്തിന കേവലം രണ്ട മാസം. ഒന്നല്ല, രണ്ടല്ല നാലാണ് കുട്ടികൾ! ആഭരണമായില്ല, ഡ്രസ്സ് എടുത്തില്ല, പണവും കാലി.

ഏതായാലും ഈ മാസം എട്ടിന സ്റ്റേ ഒഴിവാക്കി തരാമെന്ന വക്കീൽ വാക്ക് തന്നിട്ടുണ്ട്. ഒക്കെ അത് കഴിഞ്ഞ്.

എട്ടിന രാവിലെ കുളിയും പ്രാർത്ഥനയും കഴിഞ്ഞ് കോടതിയിലേക്ക് ജൂലിയന്റെ കൂടെ എത്തി.

വക്കീൽ ഇപ്പോ എത്തുമായിരിക്കും, മുൻസീഫും എത്തിയിട്ടില്ല. കോടതിയിൽ വലിയ തിരക്കുമില്ല.

പണിക്കർ വരാന്തയിൽ നിന്ന. ജൂലിയൻ വക്കീലാപ്പീസിൽ വിളിച്ചു.

 കാഞ്ഞിര കഥകൾ

"പണിക്കരെ ചതിച്ചല്ലോ? മുൻസീഫ് പ്രസവിച്ചു, ഇരട്ടക്കുട്ടികളാ, ഇനി ആറുമാസം പ്രസവാവധിയാ!

അപ്പോ വേറെ മുൻസീഫ് വരില്ലെ?

ഇത് വരെ ആരെയും വെച്ചിട്ടില്ല.

അടിയന്തര കേസുകൾ വേറെ കോടതീലേക്ക് മാറ്റും.

അപ്പോ മ്മടെ കേസ് അടിയന്തരം അല്ലേ?

എന്റെ പരദേവതകളെ, ഇതെന്ത് പരീക്ഷണം!

നമുക്ക് കോടതി മാറ്റാൻ കൊടുത്തു നോക്കാം പണിക്കരെ.

വേണ്ട, ജൂലിയനെ പിരിച്ചു വിട്ട പണിക്കർ ഓട്ടോ കേറി.

വരുന്ന വഴി ബെവ്കോ ഔട്ട്‌ലെറ്റിൽ നിന്ന നല്ല ഐറ്റം ബ്രാണ്ടി രണ്ട കുപ്പി വാങ്ങി. രണ്ട കിലോ ചിക്കനും, പൂജാ സ്റ്റോറിൽ പോയി മഞ്ഞപ്പൊടി, ചെത്തി, തുളസി, മുതലായ പൂക്കളും ചന്ദനത്തിരിയും മറ്റും മറ്റും വാങ്ങി.

കുപ്പിയും പൂജാ ദ്രവ്യങ്ങളും പാടിഞ്ഞാറ്റയിൽ വെച്ചു.

കുളിച്ചു വന്നു.

ചിക്കെൻ മഞ്ഞപ്പൊടിയും തേങ്ങാ പൂളും ഇട്ട വറ്റിക്കാൻ റീനയോട് പറഞ്ഞു.

ഒക്കെ റെഡി ആയപ്പോ പടിഞ്ഞാറ്റേൽ കേറി വാതിൽ അടച്ചു.

അകത്തു നിന്ന് മന്ത്രോച്ചോരണവും മണിയടിയും കരച്ചിലും തലയിടിയും അട്ടഹാസവും കേട്ട് റീനയും മക്കളും കരച്ചിൽ തുടങ്ങി. ഈ രാത്രി ഒന്നു പുലർന്നു കിട്ടണം.

രാവിലെ കുതിരവട്ടത്തോ വേറെ ഡോക്ടറെയോ കാണാം. സായിയെ വിളിച്ച ടാക്സി ഏൽപ്പിച്ചു.

ഒരു പന്ത്രണ്ട മണി ആയപ്പോൾ ശക്തമായ കാറ്റ് വീശി. തെങ്ങുകൾ ആടി ഉലഞ്ഞു, ഉണങ്ങിയ ഓലയും തേങ്ങയും വീണു. അടുത്ത പറമ്പിൽ ഒരു മരം കടപുഴകി വീണു. മറിഞ്ഞു വീഴുന്ന വാഴയും പാറി പറക്കുന്ന പാളയും ഇലകളും കാണാം.

ചറ പറാന്ന മഴ തുടങ്ങി. മഴന്നു വെച്ചാലോ ഈ പതിറ്റാണ്ടിലെ ഏറ്റവും വലിയ മഴ എന്ന് തോന്നി റീനയ്ക്. മക്കൾ വിറച്ചിരുന്നു.

വാതിൽ പൊളിക്കിടയില്ലൂടെ വെളിച്ചത്തിന്റെ നേർവര കാണാം.

ദിഗന്തങ്ങൾ മുഴങ്ങുന്ന ഇടി വെട്ടി, മൂന്ന് വട്ടം.

കറന്റും പോയി. കുത്തിയൊലിക്കുന്ന വെള്ളത്തിന്റെ ശബ്ദം കേൾക്കാം.

റീനയും മക്കളും പടിഞ്ഞാറ്റ വാതിലിൽ കരഞ്ഞുകൊണ്ട് തൊഴുതു.

പൊത്തോ എന്ന ഭീകര ശബ്ദത്തിൽ എന്തോ വീണിരിക്കുന്നു. ലോഹച്ചീളകൾ തെറിക്കുന്ന ശബ്ദം കേൾക്കാം.

കലങ്ങിയ കണ്ണുകൾ തിരുമ്മി ആടിയാടി പണിക്കർ വാതിൽ തുറന്നു.

പ്രസാദം വാങ്ങിച്ചോളി.

മഞ്ഞപ്പൊടിയും കോഴി ഇറച്ചിയും കിണ്ടിയിൽ നിന്ന് ഓരോ ഇറക്ക് ബ്രാണ്ടിയും.

എന്റെ ചാത്തൻമാരെ എന്ന് വിളിച്ച കൊണ്ട് വീണ്ടും പണിക്കർ അകത്തു കേറി വാതിൽ അടച്ചു.

പിറ്റേന്ന് കാലത്ത് അർദ്ധനഗ്ന പരസ്യ ബോർഡു ദേശീയപാത യിലേക്ക് കമിഴ്ന്നടിച്ച വീണ കിടക്കുന്നു. തുരുമ്പിച്ച കമ്പികൾ പൊട്ടി ചിതറിയിട്ടുണ്ട്.

****

പണിക്കരുടെ മക്കളുടെ കല്യാണം സമാഗതമായി.

ജൂലിയനും മറ്റേ രണ്ട സുധാകരന്മാരും ശാന്തേടത്തിയും മക്കളും വന്നു. ജവാൻ കുടിയൻമാർക്ക് പണിക്കർ അയ്യം കൊട്ടത്തു.

വക്കീലിനും മുൻസീഫിനും കോടതി ജീവനക്കാർക്കും വില്ലേജു കാർക്കും കത്ത് കൊട്ടത്തു. അവരാരും വന്നില്ല.

നക്ഷത്രങ്ങളെ പോലെ പണിക്കർ റീനാ പുത്രികളും യുവകോമളരും സ്റ്റേജിൽ തിളങ്ങി നിന്നു.

ഹിന്ദിക്കാരൻ ആപ്പീസർ സ്ഥലം മാറി പോയിരുന്നു.

നീതി കിട്ടാത്തോർക്ക ഓരോ വഴി തുറക്കും സുധാരാ എന്ന് ചെവിയിൽ ആരോ പറഞ്ഞപോലെ തോന്നി പണിക്കർക്ക്.

പേടിച്ച പോയില്ലേ സുധാരേട്ടാ എന്ന് പറഞ്ഞു റീന കണ്ണ് തുടച്ച.

എല്ലാത്തിനും സാധുക്കൾക്ക് ഓരോ വഴി തെളിയും റീനേ എന്ന് പറഞ്ഞു എല്ലാരും കൂടി ഊണിനിരുന്നു.

അഞ്ചു ഭ്രാന്തൻമാർ

ഭ്രാന്താസ്പത്രിയിൽ നിന്നു ഒരേ ദിവസം വിട്ടുതൽ ചെയ്ത ദിനേശൻ, കമറുദ്ദീൻ, വിൻസൻ, സൂര്യനാരായണൻ, ഫൈസൽ എന്നീ അഞ്ചു ഭ്രാന്തൻമാർ നഗരത്തിലെ പാർക്കിൽ സിമന്റ് ബെഞ്ചിൽ ഇരുന്നു ചായ കുടിക്കുകയായിരുന്നു.

ഭ്രാന്ത് മാറിയോ മാറിയില്ലേ എന്ന കാര്യത്തിൽ സംശയം ഉള്ളതിനാ ലും രണ്ടായാലും ഭ്രാന്തൻ എന്ന പേരിൽ മാത്രം നിലനിൽപ്പുള്ളതിനാലും അവർ ഒരു പുതിയ ജീവിതവും മതവും (അതിരുകൾ ഇല്ലാത്ത)ചിട്ട പ്പെടുത്താം എന്ന് ഐകകണ്ഠ്യേന തീരുമാനിച്ചു. മാത്രവുമല്ല, അവരെ കൊണ്ടുപോകാൻ ആരും വന്നതും ഇല്ല.

ചായയും വടയും കഴിച്ചു കൊണ്ടിരിക്കെ അതുവഴിവന്ന ലോട്ടറി കച്ചോടക്കാരിയായ പാവം സ്ത്രീയുടെ കയ്യിൽനിന്നും ഒരു ബമ്പർ ലോട്ടറി ടിക്കറ്റ് അഞ്ചു പേരും ചേർന്ന് വാങ്ങി.

ഭ്രാന്ത് സന്യാസം പോലെയാണ്! പൂർവ്വാശ്രമത്തിനു പ്രസക്തിയില്ല. മതം, ജാതി, ജോലി, കുടുംബം തുടങ്ങിയ ബാധ്യതകളിൽ നിന്നൊക്കെ മോചനമുണ്ടാകും. അഞ്ചു തരം ഭ്രാന്തുകളാണ് ഓരോരുത്തർക്കും.

"ഏക് പ്രാന്ത് അന്യ പ്രാന്ത് സെ വിഭിന്ന ഹേ "!

ദിനേശൻ ഭക്തി മൂത്ത പ്രാന്തായ സദാചാരിയാണ്. തൊട്ട തലയിൽ വെക്കലും ഏത്തമിടലും ഒരിക്കലും നോമ്പും നമസ്കരിക്കലും തത്വജ്ഞാന പ്രഭാഷണവും പുരാണ പാരായണവും ക്ഷേത്ര സന്ദർശനവും സമസ്ത മതങ്ങളുടെയും ആരാധനാലയങ്ങളിലേക്ക് കൂടി വ്യാപിച്ചപ്പോൾ വീട്ടുകാർ നടതള്ളിയതാണ്.

കമറുദ്ദീൻ പ്രണയത്തിന്റെ ചക്രവർത്തിയാണ്. പ്രണയ സാമ്രാ ജ്യത്തിന്റെ അധിപനായ അയാൾ സദാ പ്രണയ ഗാനങ്ങൾ പാടി

അലഞ്ഞുകൊണ്ടിരുന്നു. ഉറുദുവും ഹിന്ദിയും തമിഴും ലിപികൾ പോലും ഇല്ലാത്ത ആദിവാസി ഭാഷകളിൽ പോലും ഉള്ള പ്രണയ ഗാനങ്ങൾ കമറുവിനു ഹൃദിസ്ഥമാണ്. അയാൾ ഒരു പ്രണയ ഭ്രാന്തനായിരുന്നു. അയാളെയും ചിത്തരോഗ കേന്ദ്രത്തിൽ എത്തിച്ചത് നാട്ടുകാർ തന്നെ.

തീവ്ര വിപ്ലവത്തിന്റെ തീജ്വാലയായി കത്തി നിന്ന വിൽസൻ നീതിനി ഷേധിക്കപ്പെടുന്നിടത്തൊക്കെ ചാടി വീഴും, കലഹിക്കും, സമരം ചെയ്യും ചിലപ്പോൾ ഏറ്റുമുട്ടും. പിടിച്ചു കെട്ടി മാനസികാരോഗ്യകേന്ദ്രത്തിൽ എത്തിച്ച ശേഷമാണ് കൊണ്ട് വന്നവർ പിരിഞ്ഞു പോയത്.

പ്രകൃതിവാദി അഥവാ പ്രകൃതി തീവ്രവാദിയായ സൂര്യനാരായണൻ കാടിനും കാട്ടുമൃഗങ്ങൾക്കും മരത്തിനും മണ്ണിനും പുഴകൾക്കും ഭൂമിക്കും വേണ്ടി പടപൊരുതി പ്രാന്തിലേക്ക് ഉയർന്നു വന്നവനാണ്. പടക്കം നിറച്ച കരിങ്കൽ ക്വാറികളിൽ ഇറങ്ങി നിന്ന് ദിഗന്തം മുഴങ്ങുന്ന മുദ്രാ വാക്യം വിളിച്ച സൂര്യനെ പിടിച്ച കെട്ടി തല്ലിച്ചതച്ച ഭ്രാന്താസ്പത്രിയുടെ വരാന്തയിൽ ഉപേക്ഷിക്കുകകയായിരുന്നു.

ഫൈസൽ എന്ന ചിത്രകാരൻ കിട്ടിയ ഇടങ്ങളിൽ എല്ലാം ചിത്രം വരക്കുമായിരുന്നു. ചോക്കോ കരിക്കട്ടയോ പൂക്കളോ ചെടി ഇലകളോ കൊണ്ട്. സുന്ദരിമാരുടെയോ നഗ്ന ദേവതമാരുടെയോ കാട്ട മൃഗങ്ങളുടെ ഇണ ചേരലിന്റെയോ ഒക്കെ. നികൃഷ്ട ഭരണാധിപന്മാരുടെ ക്രൗര്യമാ ന്ന രൂപങ്ങൾ വരയ്ക്കാൻ തുടങ്ങിയപ്പോൾ രാഷ്ട്രീയ ഗുണ്ടകൾ കണക്കിന് ശിക്ഷിച്ച് മാപ്പ് പറയിക്കാൻ ശ്രമിച്ചെങ്കിലും നടന്നില്ല. സൂഫിവര്യനെ പ്പോലെ ശാന്തനായിരുന്ന അയാൾ. പിന്നെയും വര തുടർന്നപ്പോൾ ഭ്രാ ന്താലയത്തിലെ അന്തേവാസിയാക്കി! ഏറ്റുവാങ്ങിയ മർദ്ദനങ്ങൾക്കും ഷോക്കുകൾക്കും അവരുടെ രൂപങ്ങളെ മാത്രമേ മാറ്റാൻ കഴിഞ്ഞുള്ളൂ.

അന്ന് ഉച്ച തിരിഞ്ഞു ലോട്ടറി ഫലം വന്നപ്പോൾ പത്തു കോടിയുടെ വിജയികളായ ഭ്രാന്തൻമാർ എന്ന് ടി വിയിലും പിറ്റേന്നത്തെ പത്രത്തി ലും വാർത്ത വന്നു.

ബന്ധുമിത്രാദികൾ അന്വേഷിച്ച ഇറങ്ങിയതായി അറിഞ്ഞ അവർ ഒരു വണ്ടി വിളിച്ച അജ്ഞാതമായ ഒരിടത്തു എത്തി.

അഞ്ചു മുറികളും ഹാളും അടുക്കളയും പൂന്തോട്ടവും പുൽത്തകിടിയുമുള്ള പുഴയോരത്തു നിർമ്മിച്ച ഒരു പ്രവാസിയുടെ വീട് "വിൽക്കാനുണ്ട്" എന്ന പരസ്യം കണ്ട് അവിടെയെത്തി.

രണ്ടര കോടിക്ക് ആ വീട് അഞ്ചുപേരും ചേർന്ന് വാങ്ങിച്ചപ്പോൾ പ്രവാസി ആത്മഹത്യയിൽ നിന്ന് മോചിതനായി.

ഭ്രാന്തൻമാർ അവരവരുടെ ഉന്മാദത്തിന്റെ ഉത്തുംഗതയിൽ അവിടെ ആഘോഷം തുടങ്ങി.

പരസ്പരം കലഹിക്കാതെ ഭക്തിയും പ്രണയഗാനങ്ങളും ചുമരുകൾ നിറയെ ചിത്രങ്ങളും വിങ്ങുന്ന പ്രകൃതിയുടെ ഫോട്ടോകളും വരണ്ട പുഴകളുടെ നിലവിളിയും ഒക്കെ ചേർന്ന് "ഇവിടം ഭ്രാന്താലയം" എന്ന ആഘോഷ തിമിർപ്പിൽ അവർ ആറാടി.

അനാഥനെ പോലെ വെച്ച വെച്ചെത്തിയ നാടൻ നായയുടെ ദേഹമാകെ ഏറുകൊണ്ട മുറിവുകൾ ഉണ്ട്. ആഹാരം കൊടുത്തപ്പോൾ അവൻ വാലാട്ടി. അന്വേഷിച്ചവരെ കണ്ടെത്തിയ മട്ടിൽ അവൻ വരാന്ത യിൽ ചാഞ്ഞു കിടന്നു. ആഹാരവും ഉറക്കവും സുരക്ഷയും കിട്ടിയപ്പോൾ അവൻ കൊഴുത്തു. സന്തത സഹചാരിയായി. അവന് അപ്പ എന്ന കാലഘട്ടത്തിന്റെ ഓമനപ്പേരും വിളിച്ചു.

അങ്ങനെയിരിക്കെ പഴേ സാധനങ്ങൾ വിൽക്കാനുണ്ടോ എന്ന് വിളിച്ചു കൊണ്ട് ഒത്ത ശരീരവും മിന്നുന്ന എണ്ണക്കറുപ്പും ഉള്ള മൂക്കത്തി യിട്ട് മുറുക്കി ചുവപ്പിച്ച ചുണ്ടുമായി ഇപ്പിക്കൊണ്ട് ഒരുവൾ പ്രത്യക്ഷമായി.

അഞ്ചു പഴേ പ്രാന്തന്മാരുണ്ട് എന്ന കമറുദ്ദീന്റെ പരിഹാസം മറ്റുള്ള വർക്കും പിന്നീട് അയാൾക്കും കുറ്റബോധമുണ്ടാക്കി.

അവർ അവളുടെ പേര് ചോദിച്ചു.

"പൂങ്കുഴലി"

പൂങ്കുഴി എന്നു മതി.

അവൾ വയറു നിറഞ്ഞപ്പോൾ ചിരിച്ചു.

"നീ ഇവിടെ നിക്കുന്നോ, ഞങ്ങൾ പ്രാന്തൻമ്മാരാണ്"

"നിക്കാം സാർ"

"സാർ എന്നൊന്നും വേണ്ട, "ചേട്ടാന്നൊക്കെ മതി"

പൂങ്കുഴി പുഴയിൽ പോയി കുളിച്ച വന്നു, പലജാതി വേഷങ്ങൾ വാങ്ങി വന്ന ഫൈസൽ അവളെ കൊണ്ട് അത് അണിയിപ്പിച്ചു. കല്ലുമാലയും മുല്ലപ്പൂവും വാങ്ങി കൊടുത്തു.

എണ്ണ പുരട്ടിയപ്പോൾ അവളുടെ കർക്കുന്തൽ അഴിച്ചിട്ടമ്പോൾ തിര മാലകൾ ഇളകി.

ഇരു നിണക്കുഴികളിലും പൂവുകൾ വിരിഞ്ഞു.

പൂങ്കുഴി അതിരാവിലെ പുഴയിൽ കുളിച്ചു ഈറൻ മാറ്റി വിളക്ക് കൊളുത്തി. കോലം വരച്ചു. കിണ്ടിയിൽ ഉളസി കതിർ തിരുകി.

ദിനേശന്റെ കണ്ണുകളിലും മനസ്സിലും ഭക്തിയുടെ പൂന്തോട്ടം വിരിഞ്ഞു.

കമറുദ്ദീന്റെ പ്രണയഗാനങ്ങൾക്ക് എന്തെന്നില്ലാത്ത സ്ഫുടതയും മാധുര്യവും ഭാവവും കൈവന്നു. അർത്ഥമോ വാക്കുകളോ ഇല്ലാത്ത പ്രണയ രാഗതാളങ്ങൾ പ്രകൃതിയിൽ മാറ്റൊലി കൊണ്ടു.കമറു നിർ ത്തിയേത്ത് നിന്ന് പൂങ്കുഴി ഏറ്റ പാട്ടും.

സ്വാദിഷ്ടമായ ആഹാരങ്ങൾ കൊണ്ട് പൂങ്കുഴി അഞ്ചു പേരെയും ഊട്ടി കൊണ്ടിരുന്നു. പിന്നെയും ഓമനത്വം കൊണ്ട് ലോപിച്ച അവൾ "പൂവി"ആയി.

വിത്സന്റെ വിപ്ലവ വീര്യങ്ങൾക്ക് ആവേശം പകരും വിധം അവളുടെ കൊടും പീഡന കഥകളുടെ ഏടുകൾ പൂവി തുറന്നിട്ടു. അവന്റെ തൂലികയിൽ നിന്ന് അനർഗ്ഗളമായ കവിതകളും വിപ്ലവ ഗാനങ്ങളും നാടകങ്ങളും പിറന്നു. പൂങ്കുഴി തൊണ്ടയിടറി ഏറ്റ പാട്ടും.

പ്രകൃതിയുടെ വേദനകൾ തൊട്ടറിഞ്ഞ സൂര്യനാരായണൻ അതിന്റെ പര്യായ പദത്തിൽ പൂങ്കുഴി /പൂവി എന്ന് കൂടി ചേർത്തു. ഭൂമിയുടെ തീവ്രമായ വേദന, പുഴയുടെ പിടച്ചിൽ ഒക്കെ അവനു പൂവിയുമായി പങ്ക് വെക്കാൻ കഴിഞ്ഞു.

ശരിക്കും ഒരു "ഭ്രാന്ത വസന്തമാളിക "പ്രകൃതി സമുദ്രത്തിൽ ഒഴുകാൻ തുടങ്ങി.

നിനച്ചിരിക്കാതെയാണല്ലോ കഥകളിൽ വില്ലൻമാർ വരിക!

"വള്ളിയപ്പൻ "എന്ന ദുശ്ശാസന രൂപം കരടിയെന്ന പോലെ പൂവിയെ വലിച്ചിഴക്കുമ്പോഴുള്ള നിലവിളി കേട്ടാണ് അഞ്ചുപേരും ചാടി എത്തിയത്.

അഞ്ചു വെള്ളിടികൾ ഒന്നിച്ച പൊട്ടി. പിന്നെയും കാർമേഘങ്ങൾ കലഹിച്ചു.

യുദ്ധം അതിവേഗം പരിസമാപ്തിയായി.

കരടിയെ കയത്തിലേക്ക എറിഞ്ഞപ്പോൾ വസന്തമാളികയിൽ ആദ്യത്തെ പാപബോധത്തിന്റെ പൊരി വീണു.

അതൊരു വസന്തപൗർണ്ണമി ദിവസമായിരുന്നു.

ചേതനയറ്റവളെപ്പോലെ കുത്തിയിരുന്ന പൂങ്കുഴിയുടെ മുഖം കരിഞ്ഞു, പാട്ടുകളിൽ ഇടർച്ചയും വിഷാദവും.

ദിനേശൻ അരുളപ്പാട് പോലെ പറഞ്ഞു.

"നമുക്ക് പോകാൻ സമയമായി "

എങ്ങോട്ട്?

"മഹാപ്രസ്ഥാനത്തിന് "

ആരും എതിര് പറഞ്ഞില്ല!

വരിവരിയായി, ഏറ്റവും പിറകിൽ അപ്പുവും.

വസന്തമാളിക ഒരു കളിയോടമായി!

പുഴയും കടന്ന് അഴിമുഖവും കടന്ന് മഹാസമുദ്രത്തിന്റെ ചട്ടലതയും
ശാന്തതയും കടന്ന് ഭ്രാന്തിന്റെ മഹാപ്രപഞ്ചത്തിലേക്ക്
ഏഴ പേരും കടന്നു.

കഥയെന്ന പിൻവിളി

എ) പത്മനാഭൻ

(കഥ പിൻവിളിയാണ്. വെളിച്ചത്തെ വീണ്ടെടുക്കുന്ന വഴിവിളക്കിന്റെ മർമ്മരങ്ങളും നിലാവിന്റെ മൊഴികളും നക്ഷത്രങ്ങളെ മാടിവിളിക്കുന്ന സ്വപ്നയാമങ്ങളുടെ നാദവും ഉദയാസ്തമയങ്ങളുടെ ശംഖൊലിയും അന്ധ കാരത്തിന്റെ അശരീരിയും നട്ടുച്ചയുടെ കലഹസ്വരങ്ങളും നക്ഷത്രങ്ങ ളിലടക്കം ചെയ്ത പുണ്യപാപങ്ങളുടെ മുഴക്കങ്ങളും ജലസാഗരങ്ങളുടെ സങ്കടധ്വനികളും ഘടികാരത്തിൽ അലയടിക്കുന്ന ഭൗമനടുക്കങ്ങളും മഹാശൂന്യതയുടെ സ്പന്ദങ്ങളും മന്വന്തരങ്ങളുടെ മൗനവും അതിൽ മാറ്റൊലിക്കും; അശരണരുടെ ഹൃദയവും)

കഥയെന്ന ആദർശം തലയിലേറ്റി നടക്കുന്ന ആളല്ല ഈ എഴ ത്തുകാരൻ. അങ്ങനെയൊരു ശിലാഫലകത്തിനുമേൽ റീത്ത് സ്വപ്നം കാണുന്നുമില്ല.

തന്റെ കടമകളോട് കടപ്പാടു പുലർത്തിക്കൊണ്ട് ജൈവ പഥത്തിലെ വഴിപോക്കനായി വന്നുപോകുന്നൊരാൾ. അതിനിടെ തന്റെ ഭാവ ങ്ങളെയും അഭാവങ്ങളെയും അക്ഷരക്കനപ്പിൽ രേഖപ്പെടുത്തുന്ന- അത്രമാത്രമാണ് ഈ എഴുത്തിന്റെ വിനയം. അതിനു പാകത്തിലുള്ള മുൻകരുതലേ നമ്മുടെ വായനയും സ്വീകരിക്കേണ്ടതുള്ളൂ. അതിലപ്പുറം, ആനപ്പുറത്തിരിക്കുന്ന ഏതോ എഴുത്താളന്മാരിലൊരാളാണ് തന്റെ തൂലികത്തോട്ടിക്കൊണ്ട് നമ്മെ കൊളുത്തി വലിക്കുന്നതെന്ന് - സ്വന്തം വായനയെ ചമയിക്കാനൊന്നും ഇടമില്ല.

ഇങ്ങനെയൊരാമുഖം എന്തിനെന്നല്ലേ? എഴുത്ത് മാത്രമല്ല വായനയും പൈങ്കിളിവത്കരിക്കാമെന്നതിന്റെ അനുഷ്ഠാനസാക്ഷ്യങ്ങ ളാണല്ലൊ ഇന്ന് സർവത്ര കാണപ്പെടുന്നത്! തലക്കനങ്ങളും അതിന്റെ

ചുറ്റളവുകളുമുള്ള നിരൂപക വിദ്വാന്മാരൊന്നൊന്നായി ചേക്കേറിക്കഴി
ഞ്ഞ ബാർസഭകൾ മലയാളത്തിന്റെ പൊന്തകളിലുണ്ട്. അത്തരം
ആസ്ഥാനരൂപതകളുടെ ആശീർവാദത്തിനും അംഗീകാരത്തിനുമന
സരിച്ചുള്ള അധുനാതനരീതികളാണ് ഇവിടെ കഥകളുടെ മാന്യതയും
യോഗ്യതയും തരുന്തിരിക്കുന്നത്.

എന്നിരിക്കിലും മലയാളകഥയെ എഴുതിത്തള്ളേണ്ടി വരില്ലെന്ന
തന്നെ വിശ്വസിക്കാം. കഥയുടെ പ്രതാപത്തിന്റെ വേരുകൾ ഒട്ടും ദുർ
ബലമല്ലെന്നതാണ് ഒരു ഘടകം. ആ ശക്തി അതിന്റെ ശാഖാപടർച്ച
കൾക്കുമുണ്ട്. വസന്തത്തിന്റെ പൂവിളികൾ എല്ലാ ചില്ലകളിലും മുഴങ്ങുന്നു.
സൂക്ഷ്മമായ ഇടിമുഴക്കങ്ങൾ പല ദിക്കുകളിലും ഉയരുന്നു. സാരഭ്രതമായ
അരുവികൾ ഒഴുകി വരുന്നു. നമുക്ക് കാത്തിരിക്കാം.

ഒരാൾ എഴുത്തുകാരന്റെ മുദ്ര വഹിക്കാനല്ല എഴുതുന്നതെന്ന വന്നാൽ,
അതിന്റെ ലളിതമായ സമീക്ഷ, അയാൾ തന്റെ കാല്പാടുകളോടുള്ള
സമരത്തിലാണെന്നാണ്. കടന്നുവന്ന ജീവിതത്തിന്റെ ഭാഷയാണ്
മുഖ്യമായും എഴുത്തുകാരുടെ ഇന്ധനം. എഴുത്തിന്റെ ഭാവങ്ങളിൽ അനു
ഭവത്തിന്റെ അഭാവങ്ങളാണ് മേൽക്കൈ നേടുന്നതെങ്കിൽ, പുതിയ
ഭാഷയോ ശില്പമോ ഉള്ളടക്കമോ എഴുത്തിലുണ്ടാവണമെന്നില്ല.

പഴയതിനെ പുതുക്കുമെന്ന ന്യായം സമൂഹത്തിന്റെ ദീപവാഹകരായ
എഴുത്തുകാരുടെതല്ല. പഴയത് എന്ന നിർദേശിച്ചത് എഴുതിയ കലണ്ട
റിനെ അവലംബിച്ചല്ല. എഴുതിയ പരിസരങ്ങളിൽ നിന്ന് സൃഷ്ടി എത്ര
പഴകുന്നുവോ അതനുസരിച്ച് പഴക്കം വിധിക്കാനാവില്ല. സാഹിത്യസൃ
ഷ്ടി സ്ഥലകാലദ്രവ്യമാനങ്ങളിലല്ലാതെ രൂപപ്പെടേണ്ടുന്ന ചതുർമാന
ചട്ടക്കൂടിന്റെ പ്രമേയമാണ്.

ഈ കഥാകൃത്ത് തന്നെ അദ്ദേഹത്തിന്റെ അനുഭവപരിസരത്തു
നിന്നെടുത്ത പദാർഥബന്ധിത ജീവിതത്തെയാണ് എഴുതിയത് എന്ന
റപ്പിക്കാനാവില്ല. ജീവിതത്തിന്റെ ഭാവമായിരിക്കില്ല, അഭാവമായിരി
ക്കാം, അതല്ലെങ്കിൽ കണ്ടുതീർന്ന സ്വപ്നങ്ങളുടെ ലിപിയായിരിക്കില്ല
കാണാക്കിനാവുകളുടെ രൂപസമസ്യകളായിരിക്കാം.

ഇതിനെ സാധൂകരിക്കുന്ന ലക്ഷണങ്ങൾ ഡോ. കെ മാധവന്റെ
കാഞ്ഞിരകഥകൾ എന്ന സമാഹാരത്തിലെ ഓരോ കഥയുടെ ജ്യാമി
തിയിലും കാണാം.

ഒന്നാമത് യാഥാർഥ്യത്തിന് സമാന്തരമായാണ് ഈ കഥകളുടെ
കിടപ്പ്. അനുഭവദേശീയതകളുടെ സ്വാതന്ത്ര്യം ഈ കഥകളുടെ മർമ്മ
മാണ്. 'ഭാനുമതി'യിൽ അട്ടക്കല ബഹിഷ്കരിച്ച് ആകാശത്തെ കൂട്ടുപിടി
ച്ചിറങ്ങുന്ന ഭാനുമതിയെന്ന കഥാപാത്രം പൊതുവായ ഒരടയാളമാണ്.

ഗേറ്റ് കടന്നുവന്ന് മനുഷ്യനുമായി മുഖാമുഖം നടത്തി, മാനവികതയെ മുച്ചൂടും വിമർശിച്ച് അവരുടെ ആതിഥ്യം പാടെ നിരസിച്ച് വന്നവഴി ഇറങ്ങിപ്പോകുന്ന ചിരുകണ്ടനെന്ന തെരുവുനായയും ഇതേ പ്രകൃത ത്തിലാണ് കഥയെ ജ്വലിപ്പിക്കുന്നത്.

വ്യവസ്ഥയിലെ നടപ്പ് ക്രമങ്ങളോട് അസ്വസ്ഥരാവുന്നവരെ ഇതിലെ നിഷേധത്തിന്റെ പ്രമേയങ്ങൾ വഴികാട്ടുന്നു.   മധുരിക്കുന്ന ഭാഷയല്ല ഇതിൽ മുൻകൈ നേടുന്നത്. കാഞ്ഞിര കഥകളെന്ന വിശേഷകത്വം വന്നുചേർന്നത് തന്നെ യാദൃച്ഛികമല്ല. ജൈവരസത്തിന്റെ മൂലഭാവം കയ്പ്പാണ്. കയ്പ്പ് തിക്തരസമാണ്. കാരസ്കരത്തിന്റെ വിഷദ്രുമത്വം പാലു കൊണ്ടോ കാലാന്തരത്താലോ ശമിപ്പിക്കാനാവില്ല.

ചോരയിൽ ചുട്ടെടുത്ത വിത്തായിരിക്കാം കാഞ്ഞിരത്തിന്റെത്. കട്ട പിടിച്ച കയ്പ്പ് അതിന്റെ സാരാംശമായത് മറ്റൊന്നും കൊണ്ടാവില്ല. പ്ര ത്യക്ഷകാലത്തിൽ നിന്ന് ആ രഹസ്യം തിരിച്ചറിഞ്ഞതിന്റെ തപനബോ ധമാവണം ഡോ. കെ മാധവനെ എഴുത്തിലേക്ക് തിരിച്ചിട്ടുണ്ടാവുക. 'കാഞ്ഞിരമരം' എന്നൊരു കഥതന്നെ സത്യാഗ്നിസാക്ഷിയായി കൂട്ട ത്തിൽ ഉയർന്നുവന്നു. അക്കഥയെ ചുറ്റിപ്പറ്റി തന്നെ ഏതാനം കഥകളും ഒത്തു ചേർന്നു - കാഞ്ഞിര കഥകളിലെ മുഴുവൻരചനകളും ആറ്റിക്കുറു ക്കിയാൽ അനുഭവകാലത്തിന്റെ കയ്പ്പ് തന്നെയാണ് അവശേഷിക്കുക.

അടിസ്ഥാനപരമായി, ഈ കഥകൾ അനുഭവങ്ങളുടെ സാംസ്കാരിക രാഷ്ട്രീയ മൂല്യങ്ങൾ പൊളിച്ചെഴുതുകയാണ്.

തന്റെ ജീവിതഘട്ടത്തെ നാമകരണം നടത്താനും പരിസരഗണിത ത്തെ സ്ഥാനകരണം ചെയ്യാനുമുള്ള സാങ്കല്പിക ആസൂത്രണമാണത്.

സംസ്കാരവ്യവഹാരങ്ങളുടെ ഇഷ്ടികകൾ ചേർത്തുവയ്ക്കലാണ്.

അനുഭവവ്യവസ്ഥയുടെ ചട്ടക്കൂടുകൾ മാറ്റിപ്പണിയണമെന്ന ആഗ്ര ഹങ്ങളും അതിന്റെ ആഖ്യാനങ്ങളുമാണ്.

സാധാരണക്രമത്തിലോ നിഗൂഢതയിലോ വിന്യസിക്കപ്പെട്ടിട്ടുള്ള ജീവിത വിനിമയങ്ങളെല്ലാം കഥയിൽ ഇടംപിടിക്കുന്നുണ്ട്. ഏകീകൃത മല്ലാത്ത സാമൂഹികഗണങ്ങൾ ചിതറിക്കിടപ്പുണ്ട്. വ്യക്തികളായോ രൂപങ്ങളായോ ചിഹ്നഭൂപടങ്ങൾ ചേർന്നുനില്പുണ്ട്.

കഥകൾ ആത്മസംസ്കാരത്തിന്റെ എഴുത്താവലി കൂടിയാണ്.

ബാഹ്യലോകത്താൽ സംബോധന ചെയ്യപ്പെടുന്നതിന്റെ മാധ്യമസം വേദനവും കഥകളെ ദൃഢപ്പെടുത്തുന്നു. സാംസ്കാരിക രൂപരേഖയാണ് കഥയുടെ ഉള്ളറകളിൽ പാകപ്പെടുന്നത്.

കഥ ഭൗതികലിഖിതമല്ല, ആത്മാവിന്റെ ലിപിമുദ്രകളാണ്.

 കാഞ്ഞിര കഥകൾ

അനുഭവം പദാർഥതലത്തിൽ മാത്രം പ്രവർത്തിക്കുന്ന ഒന്നല്ല, കഥയും. അനുഭവം പോലെ അദൃശ്യഭാരമുള്ളയും ആരോഹണാവരോഹ ണങ്ങളുടെ അനന്തചലനമാർന്നതുമായ ആയുസ്സിന്റെ രസതന്ത്രമാണ് കഥയും സൃഷ്ടിക്കുന്നത്. അതിനാൽ ആത്മവിഭജനത്തിന്റെ അപഥരേ ഖകൾ കഥയില്ലും കെട്ടുപിണഞ്ഞു കാണാം.

അനുഭവപ്രപഞ്ചത്തിൽ സംലയിക്കുന്ന കഥാരഹസ്യങ്ങളാണ് ജീവിതത്തെ പൊലിപ്പിക്കുന്നത്.

അനുഭവം കയ്യേറിയതായാലും അതിന്റെ സ്മരണകൾ മാധുര്യമുള്ള തായി മാറ്റുന്നതിന്റെ ഒരു കാരണമതാണ്.

കഥാപരിപ്രേക്ഷ്യത്തിലേക്ക് കാലഘട്ടം പരിവർത്തനം ചെയ്യപ്പെട്ട നതിനാൽ സംഭവിക്കുന്നതാണ് ഈ രാസമാറ്റങ്ങൾ. പ്രാചീനതയുടെ ദൈർഘ്യത്തിനനുസരിച്ച് രാസവൃത്തി കൂടുതൽ വീര്യപ്പെടാം.

മനുഷ്യൻ ഭൂതലം പിടിച്ചപറ്റുന്നതിനും മുമ്പത്തെ കഥാപരിസരത്തി ലെത്തുമ്പോൾ - ഒവി വിജയന്റെ 'ഖസാക്കിന്റെ ഇതിഹാസം' പറഞ്ഞു തുടങ്ങുന്ന ഒരു കഥയുണ്ട്:

പണ്ട് പണ്ട്, ഓന്തുകൾക്കും മുമ്പ്, ദിനോസാറുകൾക്കും മുമ്പ്, ഒരു സായാഹനത്തിൽ രണ്ടു ജീവബിന്ദുക്കൾ നടക്കാനിറങ്ങി.അസ്തമയത്തി ലാറാടി നിന്ന ഒരു താഴ്വരയിലെത്തി.

ഇതിന്റെ അപ്പുറം കാണണ്ടേ?

ചെറിയ ബിന്ദു വലിയതിനോട് ചോദിച്ചു.

പച്ചപിടിച്ച താഴ്വര, ഏട്ടത്തി പറഞ്ഞു. ഞാനിവിടത്തന്നെ നിൽ ക്കട്ടെ.

എനിക്കു പോകണം, അനിയത്തി പറഞ്ഞു.

അവളുടെ മുമ്പിൽ കിടന്ന അനന്തപഥങ്ങളിലേക്ക് അനുജത്തി നോക്കി.

നീ ചേച്ചിയെ മറക്കുമോ? ഏട്ടത്തി ചോദിച്ചു.

മറക്കില്ല, അനുജത്തി പറഞ്ഞു.

മറക്കും, ഏട്ടത്തി പറഞ്ഞു,

ഇത് കർമ്മപരമ്പരയുടെ സ്നേഹരഹിതമായ കഥയാണ്, ഇതിൽ അകൽച്ചയും ദുഃഖവും മാത്രമേയുള്ള.

അനുജത്തി നടന്നുകന്നു.

അസ്തമയത്തിന്റെ താഴ്വരയിൽ ഏട്ടത്തി തനിച്ച നിന്നു.

പായൽക്കുരുന്നിൽ നിന്ന് വീണ്ടുമവൾ വളർന്നു.അവൾ വല്യതായി. വേരുകൾ പിതൃക്കളുടെ കിടപ്പറയിലേയ്ക്കിറങ്ങി.

മൂതിയുടെ മുലപ്പാലു കുടിച്ച് ചില്ലുകൾ പടർന്നു തിടംവച്ചു.

കണ്ണിൽ സുറുമയും കാലിൽ തണ്ടയുമിട്ട ഒരു പെൺകുട്ടി ചെതലിയുടെ താഴ്‌വരയിൽ പൂവിറുക്കാനെത്തി.

അവിടെ തനിച്ചുനിന്ന ചെമ്പകത്തിന്റെ ചില്ലയൊടിച്ചു പൂ നുള്ളിയെ ടുത്തപ്പോൾ ചെമ്പകം പറഞ്ഞു,

അനുജത്തീ, നീയെന്നെ മറന്നുവല്ലോ...

ഒവി വിജയൻ ഇക്കഥ പകർത്തുമ്പോൾ അതിൽ പ്രാചീനഹൃദയം കൂടി സ്പന്ദിക്കുന്നു..

ചെമ്പകം പഴമകളുടെ കാഴ്ചപ്പുറത്ത് കുമിക്കുന്ന നാട്ടുഗന്ധമാണ്. ആ ഗന്ധം 'ചെമ്പക'മെന്ന ഈ സമാഹാരത്തിലെ കഥയെയും ചൂടിനിൽ ക്കുന്നു.

ആസക്തമായ വികാരത്തിന്റെ ഊറമുഖം ഊറക്കുന്നു.

അനുഭവിച്ചതും അനുഭവിക്കാത്തതുമായ രണ്ടു വികാരങ്ങൾ ഇതിൽ ചുറ്റിപ്പിണയുന്നുണ്ട്.

ഗന്ധങ്ങളും ഭാവപരിസരത്തിനനുസരിച്ച് വ്യത്യസ്തമാണ്.

നിലാവായി പരക്കുന്ന ചെമ്പകമണം കരിഞ്ഞു വമിക്കുന്നത് ഒരേ കഥാപാത്രങ്ങൾക്കിടയിലാണ്.

ചെമ്പകവൃക്ഷത്തെ തിരിച്ചറിയേണ്ടത് ഭൂതകാലത്തിന്റെ രതി യായാണ്. നഗ്നമായ ശാഖകൾ കാലഹരണപ്പെട്ട ശരീരത്തിലാണ് വികാരത്തിന്റെ വിരൽസ്പർശമായി വർത്തിക്കുക. ചെമ്പകഗന്ധത്തിന്റെ പ്രസരിപ്പിൽ വംശത്തിരകളുണ്ട്. വൃക്ഷത്തൊലിയുടെ ഉൾച്ചുളിവുകളിൽ വിസ്തൃതമാവാത്ത വസന്തരഹസ്യങ്ങളുണ്ട്. ഇലയും പൂവും പൂർവാതിർത്തി കളിൽ വർണ്ണച്ചാർത്ത് നടത്തുന്നുണ്ട്. 'ഇതിഹാസ'ത്തിൽ ചെതലിയുടെ താഴ്‌വരയിലെത്തിയ അനുജത്തിയെ ചെമ്പകമായി കാത്തിരുന്നത് ചേച്ചിയാണെങ്കിൽ ഇവിടെ ജമീലയാണ് ചെമ്പകം. ജമീല കാത്തിരു ന്നത് തന്നെയാണെന്ന് ഉറപ്പിക്കാനായിരുന്ന കഥാനായകൻ അവിടെ എത്തിച്ചേരാറുള്ളത്. പരിണാമഗുപ്തിയിൽ അതിനുള്ള ഉത്തരവും കിട്ടി :

'നിന്നെ തന്നെടാ പൊട്ടാ. നാളെ ന്റെ നിക്കാഹാ.., പോട്ടെ'

അതോടെ ചെമ്പകമരം ഇല്ലാതായി, ജമീല ഇല്ലാതായി, കഥാനാ യകനിൽ ശേഷിച്ചത് കരിഞ്ഞ പൂവിന്റെ ഗന്ധം മാത്രം.

യാഥാർഥ്യങ്ങളിൽ നിന്ന് മുറിഞ്ഞകലുന്ന മനോനിലയെ

 കാഞ്ഞിര കഥകൾ

വീണ്ടെടുക്കാൻ സ്വപ്നങ്ങളെ ആശ്രയിക്കുമെന്നാണ് ഫ്രോയ്ഡിന്റെ അപഗ്രഥനം.

മറിച്ച് സ്വപ്നങ്ങളെപ്പോലും ഭയപ്പെടുന്ന ആത്മഹനനമാണ് ഇനി സംഭവിക്കാനുള്ളത്.

ജമീല നഷ്ടപ്പെടുന്നത് ചെമ്പകമരത്തിന്റെ ഇല്ലാതാവലായി ഈ കഥയിൽ സംഭവിക്കുന്നു. അതായത് മുഖ്യകഥാപാത്രം ചെമ്പകമാണെന്നു പറയാം.

മരം പ്രണയത്തിന്റെ ഉന്മദമായ ആയുധമായാണ് കവികളും കഥകളും പരിപാലിച്ച പോരുന്നത്. മരംചുറ്റിപ്രേമത്തിൽ ആ രൂപക ത്തെയാണ് വാരിപ്പുണരുന്നത്. സ്നേഹനൊമ്പരങ്ങളുടെ അതികഠിന മായ പൊള്ളലുകൾക്ക് തണൽ വിരിച്ച നിൽക്കുന്ന ഹൃദയാകാരമാണ് മരം വാഗ്ദാനം ചെയ്യുന്നത്.

മൾബറിപ്പഴങ്ങൾക്ക് നിറം പകർന്നത് ഗ്രീക്കുപുരാണത്തിലെ പ്ര ണയികളായ പിരാമസിന്റെയും തിസ്ബെയുടെയും പ്രണയമായിരുന്നു. മാതാപിതാക്കളാൽ വിലക്കപ്പെട്ട പ്രണയമായിരുന്നു അവരുടേത്. ചുമരിന്റെ വിള്ളലുകളിലൂടെയായിരുന്നു, ആരുമറിയാതെ, അവരുടെ സ്നേഹം മന്ത്രിച്ചിരുന്നത്. ഒടുവിൽ അവർ മൾബറി മരച്ചുവട്ടിൽ ഒത്തു ചേർന്ന് വികാരം പ്രകടിപ്പിക്കാൻ തീരുമാനമെടുത്തു.

തിസ്ബെ ആദ്യമെത്തുന്നു. അവിടെ ആരെയോ കൊന്നതിന്റെ ചോരപുരണ്ട വാ പിളർന്ന് ഒരു സിംഹക്കുട്ടി പ്രത്യക്ഷപ്പെട്ടതിനാൽ അവൾ തന്റെ വസ്ത്രം ഉപേക്ഷിച്ച് ഓടിപ്പോകുന്നു.

പിരാമസ് എത്തുമ്പോൾ, ചോരപ്പാടുകളോടെ തിസ്ബെയുടെ വസ്ത്രം കണ്ട് ഭയന്നുവിറച്ചു: ആ വന്യമൃഗം അവളെ കൊന്നുവെന്നു കരുതി. അയാളും ആത്മഹത്യ ചെയ്യു. വാൾകൊണ്ട് സ്വയംവെട്ടുമ്പോൾ മൾബറിയിലകളിൽ രക്തം തെറിച്ചു. അല്പം കഴിഞ്ഞപ്പോൾ തിസ്ബെ തിരിച്ചെത്തുകയാണ്.

സിംഹത്തെ ഭയന്ന് ഓടി മറഞ്ഞ സംഗതി പിരാമസിനോട് പറയാ നുള്ള ആകാംക്ഷയോടെ. പക്ഷേ മൾബറിത്തണലിൽ അവൾ കണ്ടത് പിരാമസിന്റെ മൃതദേഹമാണ്.

പിരാമസിനൊപ്പം തന്നെയും അടക്കം ചെയ്യണമെന്ന പ്രാർഥന യോടെ അവളും അതേ വാളുകൊണ്ട് സ്വയം മൃത്യു പൂകുന്നു.

ദൈവങ്ങൾ തിസ്ബെയുടെ പ്രാർഥനാവിലാപം ശ്രവിച്ച് അവരുടെ പ്രണയത്തെ പ്രകൃത്യാൽ അനശ്വരമാക്കുംവിധം മൾബറിപ്പഴങ്ങളുടെ നിറം എന്നെന്നേക്കുമായി മാറ്റി.

ഇവിടെ ജമീലയോടുള്ള പ്രണയനിലാവിന്റെ നിറമാണ് ചെമ്പക പ്പൂവിൽ പകരുന്നത്.

നഷ്ടാനുരാഗത്തിന്റെ നിറഭംഗത്തോടെ ചെമ്പകം അസ്തമിച്ച പോകുന്നു. ഈ കഥ സമ്മാനിക്കുന്ന അനുഭൂതി ഈ അപ്രത്യക്ഷമാവ ലാണ്, കാലത്തിന്റെ കാവലിനുള്ളിൽ സംരക്ഷിക്കപ്പെടാതെ പോയ ചെമ്പകദൃശ്യം.

മലയാളികളിന്നും മുത്തശ്ശിയുടെ നാവുകൊണ്ടാണ് കഥകൾ കുറിക്കാ റുള്ളത്. പ്രാണിപരമ്പരകളുടെ ആത്മബന്ധിതമായ ചൈതന്യമാണ് കഥാധോരണിയിൽ അടങ്ങിയിരിക്കുന്നത്. അതാവിഷ്കരിക്കാൻ തക്ക ഇണക്കവും തഴക്കവുമുള്ളത് നാവ്മുത്തശ്ശിക്കാണ്.

രചനാപരമായി ഈ സമാഹാരത്തിലെ പതിനഞ്ചുകഥകളും പരസ്പരബന്ധമില്ലാത്തവിധം പരീക്ഷണങ്ങളുടെ രീതിയാണ് പ്രകടി പ്പിക്കുന്നത്. അത് സ്വാഭാവികമായ ഉച്ചരണമായി വന്നുഭവിച്ചതാകാം - ക്രാഫ്റ്റ് ഒരു വിഷയമായി പരിഗണിക്കാതെ തന്നെ കഥാശില്പം പാര മ്പര്യരൂപങ്ങളെ നിരസിച്ചേക്കാം... തനതായ ഗ്രാഫിക്സ് പ്രതിഷ്ഠ നേടാം.

ഒരു കഥാപാത്രം മുന്നിലേക്കു വരുമ്പോൾ, അങ്ങനെയല്ല കഥാപാ ത്രമെന്ന് നമ്മുടെ മുൻവിധിയെ തിരുത്തിത്തരുന്ന കഥാഘടനയാണ് 'ആർദ്ര ചിത്രങ്ങളി'ൽ കണ്ടത്.

കഥാപാത്രത്തിന്റെ പരിണാമം വളരെ ശ്രദ്ധേയമാണ്. ശൂന്യതയിൽ നിന്നാണ് ജോസഫ് കടന്നുവരുന്നത് - കടൽത്തീരവും പ്രഭാതവും അനുഷ്ഠാനസാഹചര്യങ്ങളായി അതിനുവേണ്ടി ഒത്തുചേരുന്നു.

ആ ശൂന്യത കലയും ഭാവനയും ജീവിതവും പരസ്പരം കലഹിച്ച കുമിഞ്ഞുകൂടിയ ഭൂതകാല വ്യഥകളുടെ ആകത്തുകയാണ്. അതേ ശൂന്യ തയിലേക്കു തന്നെ തിരിച്ചു പോകുമെന്ന മട്ടിൽ അനുഷ്ഠാന അടയാളങ്ങ ളൊന്നും അപരിചിതമായ ആ വ്യക്തിരൂപത്തിന് ഭാരം ചാർത്തുന്നില്ല.

ഏതു മുൻവിധിയും തകിടം മറിയുംവിധം കടപ്പിച്ചാണ് വരവ്. വേണുവിന് അയാളെ വരവേൽക്കുമ്പോൾ തന്റെ പദവിക്രമത്തെ പിൻവലിക്കേണ്ടിവരുന്നു.

അതിനിസ്സാരമായ മാനകങ്ങളിൽ അങ്കനം ചെയ്യപ്പെട്ടിരിക്കുന്ന മനു ഷ്യന്റെ ചമയക്കോൽ ഇവിടെ വെട്ടിപ്പിളർക്കപ്പെടുകയാണ്. അയാളുടെ ഭാഷയിലുണ്ട് ആ രോഷം; പെരുമാറ്റങ്ങളിലുണ്ട് ഭാവശൈഥില്യങ്ങൾ. ഒന്നും യാഥാസ്ഥിതികമല്ല, യാന്ത്രികവുമല്ല.

കൺമുന്നിലെത്തുന്നതല്ല യാഥാർഥ്യം ! മാംസാസ്ഥിഭാരങ്ങൾ മാറ്റി വച്ചാൽ മനുഷ്യൻ ആത്യന്തികമായി ശൂന്യതയുടെ ഉള്ളടക്കമാണെന്ന്

 കാഞ്ഞിര കഥകൾ

കൃത്യമായി തെളിഞ്ഞുകാണുന്നു. വ്യക്തികൾക്ക മാത്രമല്ല, സംഭവങ്ങൾക്ക മുണ്ട് ഈ കാണാമറയം.

സംഭവങ്ങളുടെ മറുപുറം കാണാൻ മടിക്കുന്നതിന്റെ നിരന്തരമായ ദൃശ്യസംസ്കൃതിയാണ് ഇവിടെ സത്യോത്തരവ്യവസ്ഥ രൂപപ്പെടുത്തിയി ട്ടുള്ളത്. അതിന്റെ ദോഷഫലം ചരിത്ര രൂപത്തെയാണ് ഏറ്റവുമധികം ബാധിക്കുക. ചരിത്രരചന മിക്കവാറും വ്യാജനിർമ്മിതികളായി മാറിയി ട്ടുള്ളത് ഇത്തരമൊരു സാഹചര്യത്തിലാണ്.

വെറുപ്പിന്റെ ബാഹ്യചിഹ്നങ്ങളുമായി കടന്നുവന്ന് സ്നേഹത്തിന്റെ മർമ്മം, ഒരു പ്രഭാതത്തിന്റെ പരിധിക്കുള്ളിൽ, വെളിപ്പെടുത്തുന്ന വ്യത്യ സ്ത രചനയാണ് 'ആർദ്രചിത്രങ്ങളെ'ങ്കിൽ ബന്ധം സ്വന്തമായി മാറ്റുന്ന ചിത്രമാണ് 'കാഞ്ഞിരമര'ത്തിലുള്ളത്.

സ്വന്തം എന്ന് മുതലാളിത്ത ലിപിയിലെഴുതുവാൻ മനുഷ്യവംശം മിടുക്കരാണ്.

പ്രിയതമയെ 'എന്റെ പെണ്ണ്' എന്ന് അവകാശം സ്ഥാപിക്കുന്നതും കുരുന്നുകളിൽ നിന്ന് 'എന്റെ കുഞ്ഞി'നെ വേറിട്ട നിർത്തുന്നതുമൊക്കെ യുള്ള ആ മിടുക്ക് മേത്തരമായ സ്നേഹ പ്രകടനമായാണ് സമുദായം കണക്കാക്കാറുള്ളതും.

ചത്ത് ചിതയിലെടുക്കുമ്പോഴും വിവേചനത്തിന്റെ ഈ വീക്ഷണം കൈവിടാറില്ല. എന്നാൽ കാഞ്ഞിരമരം എന്ന കഥ മറ്റൊരു ദർശനം മുന്നോട്ട വയ്ക്കുന്നു.

'ഇലക്ട്രിക്കൽ ശ്മശാനത്തിൽ നിന്ന് കിട്ടിയ ചിതാഭസ്മം അവളുടെത് തന്നെ ആയിരിക്കുമോ? അതല്ലെങ്കിൽ തന്നെ എന്ത്, ചാരത്തിനൊ ക്കെ ഒറ്റ നിറമല്ലെ!' സ്വന്തം എന്ന കാഴ്ചപ്പാടില്ലന്നി പ്രാണിവംശം എക്കാലവും കൈകാര്യം ചെയ്തിരുന്ന രക്തനീതിക്കാണ് ഈ പ്രസ്താവം ഒരു തിരുത്തലാവുന്നത്.

രക്തസാക്ഷിത്ത്വത്തിന്റെ സാക്ഷ്യത്തിലേക്കാണ് 'കാഞ്ഞിരമരം' നമ്മെ പിടിച്ച നിർത്തുന്നത്.

ക്രിമിനൽപ്പറ്റം രാഷ്ട്രീയ സംഘങ്ങളെ ഹൈജാക്ക് ചെയ്തശേഷമുള്ള കാലയളവിൽ നടന്ന ഒരു യഥാർഥസംഭവത്തെ ആധാരമാക്കിയാണ് ഈ കഥ പിറന്നിട്ടുള്ളത്.

ഇതിൽ തന്റേടത്താൽ തിടംവച്ച കഥാപാത്രങ്ങളുണ്ട് - ഷാപ്പിൽ ആൺ ചങ്ങാതിമാർക്കൊപ്പം കള്ളുകുടിച്ച ത്രേസ്യച്ചേച്ചിയെപ്പോലെ. സ്ത്രീസമത്വമൊക്കെ അന്നേ കൊടി പാറിച്ചിരുന്ന ഒരു ദേശമാണത്. നഗരത്തേക്കാൾ പണ്ടേ സ്ത്രീവിമോചനം പ്രഖ്യാപിച്ചത് ഇത്തരം

മലമൂട്ടിലായിരിക്കണം.

ഈ സമാഹാരത്തിൽ നായ മുഖ്യറോളിലെത്തുന്ന രണ്ടു കഥകളുണ്ട്. ചിരുകണ്ടന്റെ ന്യായങ്ങളും നാണവണ്ടിയും. തെരുവിന്റെ ന്യായങ്ങ ളാണ് ചിരുകണ്ടനെന്ന തെരുവുപട്ടിയുടെ പക്ഷത്തു നിന്ന് തൊട്ടക്ക പ്പെടുന്നത്. മനുഷ്യനും മൃഗവും തമ്മിലുള്ള വ്യത്യാസത്തിന് പുതിയ വ്യാകരണം നൽകുംവിധമാണ് ഇതിലെ പ്രമേയം വിസ്തൃതമാകുന്നത്.

കഥാസരണിയിൽ ഇടയ്ക്കിടെ ആവർത്തിക്കുന്ന മൃഗസാക്ഷിയാണ് നായ. നാണവണ്ടി എന്ന കഥയിലെ നായകനും നായയാണ്; നാണ എന്ന പേരിൽ. കഥാതട്ടകത്തിലെ പരിണാമത്തിലൂടെ നാണ നാണ വണ്ടിയായി മാറുന്നു.

കഥ അവസാനിക്കുമ്പോൾ ദിശാരഹിതമായ നീളങ്ങളിലേക്ക് അത് ചലിക്കുന്നു: 'നീണ്ടുകിടക്കുന്ന നാണവണ്ടി തേങ്ങിക്കൊണ്ട് മുന്നോട്ട മുടന്തി. അശരണർ നിറഞ്ഞ ആ വണ്ടി നിലവിളിയടക്കാതെ പാളങ്ങ ളില്ലൂടെയും പാളങ്ങളില്ലാതെയും പാഞ്ഞു കൊണ്ടിരുന്നു.'

പ്രാണികുലത്തിൽ നിന്നും പ്രകൃതിയിൽ നിന്നും യാന്ത്രികതയിൽ നിന്നുമെല്ലാം കഥാപാത്രത്തെ വിമോചിപ്പിക്കുകയാണ് കഥ ഒടുവിൽ. അത് വൈരുധ്യങ്ങളുടെ പര്യവസാനമാണ്. ഈ കഥ ഏതെങ്കിലുമൊരു പക്ഷത്ത് ഒട്ടിച്ചവയ്ക്കാനാവാത്തവിധം സ്വതന്ത്രരൂപമാണ് സാക്ഷാത്ക രിക്കുന്നത്.

നായ നമ്മുടെ കഥകളിൽ ആവർത്തിച്ചുവരുന്ന ബിംബമാണല്ലൊ. കഥാപരിവേഷത്തിനുമപ്പുറം ഒരു മിത്തായി നായ മാറ്റപ്പെട്ടിട്ടുണ്ട്.

മനുഷ്യകുല ആവാസത്തിന്റെ ഇരയായി പരിണമിച്ച ആദ്യത്തെ മൃഗം എന്നതിലുപരി മനുഷ്യന്റെ വംശഭാഷയുമായി ഏറ്റവുമിണങ്ങി പ്രതിവർത്തിക്കാൻ കഴിയുന്ന വളർത്തുമൃഗം കൂടിയാണ് നായ.

തകഴിയുടെ 'വെള്ളപ്പൊക്കത്തിൽ' 'ചേന്നന്റെ നായ പ്രളയത്തിന നടുവിൽ ഉപേക്ഷിക്കപ്പെട്ടപ്പോൾ 'നിസ്സഹായനായ ഒരു മനുഷ്യന്റെ ശബ്ദത്തോട്ട സാദൃശ്യമുള്ള ശബ്ദപരമ്പരകൾ പുറപ്പെടുവിച്ച' വെന്നാണ് അക്കഥയിലെ പരാമർശം.

അതൊരു നായയുടെ അവസ്ഥമാത്രമല്ല. പ്രകൃതി ദുരന്തങ്ങൾക്കു മുന്നിൽ നിസ്സഹായതയിലേക്കടിയുന്ന സകല പ്രാണികുലത്തിന്റെയും സ്ഥിതിയാണ്.

വളരെയധികം വാഴ്ത്തപ്പെട്ട തകഴിക്കഥയാണ് വെള്ളപ്പൊ ക്കത്തിൽ. ഭാഷ, ഭാവം, ശില്പഘടന എന്നിവ കൊണ്ടെല്ലാം പുകഴ്ത്തപ്പെട്ടു. അത്രയൊക്കെ വാഴ്ത്തണമായിരുന്നോ എന്ന്

ആധുനികവായനകൾസംശയിച്ചേക്കാം.

വരികൾക്കിടയിൽ കഥ കുറിച്ചിട്ട ദലിത് വീക്ഷണവും വിമർശിക്ക
പ്പെട്ടതാണ്.

ചേന്നപ്പറയനെയും കുടുംബത്തെയും ഉപേക്ഷിച്ച് തമ്പുരാനും
കുടുംബവും പ്രളയത്തിനിടയിൽ എങ്ങനെ കടന്നകളഞ്ഞുവോ
തദനന്തരത ദൃശ്യമാണ് നായയെ ഉപേക്ഷിച്ച് രക്ഷപ്പെട്ട ചേന്നപ്പറയന്റെ
കാര്യത്തിലും സംഭവിച്ചത്. സൂക്ഷ്മമായി നിരീക്ഷിച്ചവർ കഥയിലെ
നായയെ ദലിത് പ്രതീകമായി അടയാളപ്പെടുത്തുന്നുണ്ട്.

"സമൂഹത്തിലെ ഭ്രഷ്ടരായവരുടെ പ്രതീകമാണ് വെള്ളപ്പൊക്ക
ത്തിലെ പട്ടി" എന്നായിരുന്നു ഡോ. സുകുമാർ അഴീക്കോട് അഭിപ്രാ
യപ്പെട്ടത്.

അധികാരത്തിന്റെ വംശവുമായി ഇണക്കപ്പെട്ട കഥാപാത്രമാണ്
ബഷീറിന്റെ 'ടൈഗർ' എന്ന കഥയിലെ നായ. അധികാരത്തിന്റെ
നൈതികപ്രശ്നം കൈകാര്യം ചെയ്യുന്ന എം പി നാരായണപ്പിള്ളയുടെ
'പരിണാമം' എന്ന നോവലിലും നായയാണ് കേന്ദ്രസ്ഥാനത്ത്.

അധികാരത്തിന്റെ മനശ്ശാസ്ത്രം തിരയാനും വിമർശനാത്മകമായി
വീക്ഷിക്കാനും ഈ എഴുത്തുകാരനും ഏറെ ആശ്രയിക്കുന്ന രൂപകമാണ്
നായ. മൃഗസംരക്ഷകനെന്ന തന്റെ ഔദ്യോഗികവീഥിയിൽ നിന്ന് ലഭിച്ച
തായിരിക്കാം ഈ സർഗ സംസർഗം. നായ വാലാട്ടിക്കൊണ്ട് കടിക്കി
ല്ലെന്ന വിശ്വാസത്തെ മനുഷ്യൻ സ്വഭാവങ്ങളിൽ എങ്ങനെയൊക്കെ
മറികടക്കുന്നുവോ, അധികാരത്തിന്റെ ഇടനാഴികൾ അവയൊക്കെയും
കാട്ടിത്തരുന്നു.

നമ്മുടെത് നേർക്കാഴ്ചയാണെങ്കിൽ നമുക്കുമവ നിശ്ചയമായും
കാണാം. തലതിരിഞ്ഞ കാഴ്ചകളുടെ ലോകമാണ് 'നേർക്കാഴ്ച'യെന്ന
കഥ ഇറന്നുവയ്ക്കുന്നത്. നേർക്കാഴ്ച രോഗാവസ്ഥയായി പരിഗണിക്കേ
ണ്ടി വരുന്നു. ഏറ്റവും മെറിറ്റുള്ളയാൾ ഏറ്റവും അയോഗ്യനാവുന്നതിന്റെ
ഉൾപ്പൊരുളും അതാണ്. ഏതു കഥയിലും ശില്പാംശങ്ങളിൽ സർറിയലിസം
പിന്തുടരുന്ന ഒരു ശൈലി ഈ കഥാകൃത്തിനുണ്ട്. 'ഭാനുമതി'യിലും 'നേർ
ക്കാഴ്ച'യിലും അത് സ്പഷ്ടമായി കാണാം. ദൃശ്യസമ്പ്രദായത്തിന്റെ അട്ടിമ
റിയാണ് 'നേർക്കാഴ്ച'യിലുള്ളത്, കാഴ്ചയുടെ വിപ്ലവം. ഏത് കാഴ്ചയാണ്
യഥാർഥം എന്ന സംശയം ദാർശനിക ചരിത്രത്തെ തന്നെയാണല്ലോ
മുന്നോട്ട നയിച്ചത്.

യാഥാർഥ്യത്തിനുള്ളിലെ യാഥാർഥ്യം പുറത്തെത്തിക്കാനാണ്
സർറിയലിസം കലാസിദ്ധാന്തത്തിലേക്ക് കടന്നുവന്നത്.

യാഥാര്‍ഥ്യത്തിനുള്ളില്‍ യാഥാര്‍ഥ്യമില്ലെന്നതാണ് ഇവിടത്തെ പ്രതിസന്ധി.

ജനാധിപത്യത്തിന്റെ ഭാവി യെന്താണെന്ന് അണ്ണാനോട് ചോദി ക്കുമ്പോള്‍ 'ചള്ളി.. ചള്ളി..' എന്ന് ആവര്‍ത്തിച്ച് മറുപടി ഉതിര്‍ക്കുന്നതില്‍ (അണ്ണാര്‍ക്കണ്ണനും തന്നാലായത്) ആ പ്രശ്‌നമുണ്ട്.

രാഷ്ട്രീയപ്രശ്‌നങ്ങളെ പരിഹാസപൂര്‍വം തൊലിയുരിച്ച കാട്ടുംവിധം ബുര്‍ലെസ്‌ക് രചനകള്‍ നടത്താന്‍ ഈ കഥാകാരനുള്ള മിടുക്ക് എടുത്തു പറയേണ്ടതാണ്.

അതിലൊന്നാണ് 'അതിഥി ദേവോ ഭവ:'. പുസ്തകം പെറ്റുകൂട്ടിയാല്‍ പെരുമയുണ്ടാക്കാമെന്ന കണക്കുകൂട്ടിവശാകുന്ന യശ:പ്രാര്‍ഥികളായ ചിലരുണ്ടല്ലോ. പന്നിപ്പേറ പോലെ അവര്‍ എഴുതിയെഴുതി പുസ്തമെണ്ണി ക്കൂട്ടുന്നതും കാണാം. അത്തരത്തില്‍ ഒരു വിദ്വാനാണ് ഈ കഥയിലെ കുഞ്ഞിക്കണ്ണന്‍ മാഷ്. പുരോഗമനന്‍ എന്ന് തൂലികാനാമം.

ആ മഹാന്റെ അമ്പത്തൊന്നാം കൃതി അതിഥിത്തൊഴിലാളികളെ പറ്റിയാണ്. അതിന്റെ പ്രകാശനച്ചടങ്ങിനുണ്ടായ അലങ്കോലങ്ങളും കേസ്സുകെട്ടുകളുമാണ് കഥയുടെ വിഷയം. മറ്റൊരു കഥ 'ഫാക്കല്‍റ്റി ക്ലാസ്'.

ഉപദേഷ്ടാക്കള്‍ പെരുകിക്കൊണ്ടിരിക്കുന്ന ഒരു സാമൂഹിക പ്രവി ശ്യയിലാണല്ലോ നമ്മളെത്തിപ്പെട്ടിട്ടുള്ളത്. അധികാരചരിത്രത്തിലെ നായകന്മാരെല്ലാം ഉപദേശിവൃന്ദങ്ങളാല്‍ നയിക്കപ്പെട്ടവരായിരുന്നു. അവര്‍ക്ക് സ്വന്തമായി ബൗദ്ധിക മൂലധനമെന്ന പറയാന്‍ ഒന്നുമുണ്ടാ യിരുന്നില്ല. ആ സത്യം ഗവേഷകര്‍ തിരിച്ചറിഞ്ഞിട്ടുണ്ടാവും.

സാരോപദേശങ്ങളും ജീവിതവിജയമാര്‍ജിക്കാനുള്ള കൗശലങ്ങളും പകര്‍ന്നു നല്‍കുന്നവര്‍ ഇന്ന് ഇന്ദ്രപ്രസ്ഥങ്ങളില്‍ മാത്രമല്ല, നാടെമ്പാ ടുമുണ്ട്.

വ്യക്തിത്വവികസനമെന്ന ബാനറും ഉപദേശകമ്പോളങ്ങളില്‍ ധാരാളം കാണാം. അത്തരം വ്യവഹാരങ്ങളോടു ബന്ധപ്പെട്ടുള്ള കഥയാണ് 'ഫാക്കല്‍റ്റി ക്ലാസ്.'

ക്ലാസ്സെടുത്തു തിരിച്ചെത്തിയ ഫാക്കല്‍റ്റിക്കു പിന്നാലെ പാഠാനു വര്‍ത്തി അന്വേഷിച്ചെത്തുന്നതും ഉപദേശം ശിരസ്സാ വഹിച്ചതിനാല്‍ തനിക്കുണ്ടായ കഷ്ടനഷ്ടങ്ങള്‍ എണ്ണിപ്പറയുന്നതും അതിന്റെ പരിഹാരം കാരണക്കാരനായ പരിശീലകനില്‍ നിന്നു തന്നെ വസൂലാക്കുന്നതു മായ രസകരമായ വിവരണമാണ് ഈ കഥ.

    കാഞ്ഞിര കഥകള്‍

'കുണ്ടകിണറ്റിലെ

തവളക്കുഞ്ഞിന്

കുന്നിൻ മീതെ

പറക്കാൻ മോഹം....'

എന്ന പഴമക്കാരുടെ ചൊല്ല് കുഞ്ചൻനമ്പ്യാർ പരിഹാസമായി പ്രചരിക്കപ്പെട്ടതാണ്.

ഇവിടെ 'കുഞ്ഞമ്പു'വെന്ന കഥയിൽ കുഞ്ഞമ്പുമെന്ന കൃപമണ്ഡൂകൻ തന്നെ കിണറ്റിൻ മീതെയെത്തിയതാണ് കഥ.

പിന്നെയുണ്ടായ പുകിൽ നേരിടേണ്ടി വന്നപ്പോൾ തിരികെ കിണറ്റിൽ തന്നെ അഭയം പ്രാപിക്കേണ്ടതായി വന്നു.

മനുഷ്യന്റെ കാര്യത്തിൽ തിരികെ യെന്നത് പ്രത്യാഗമനത്തിന്റെയും ഗൃഹാതുരതയുടെയും വിഷയമാണ്.

ഗർഭഗൃഹത്തിലേക്ക് തിരിച്ചെത്തൽ അജൈവ പ്രഹേളികയാണ്. പൂർവജന്മങ്ങളെ കണ്ണി ചേർക്കല്ലുണ്ടതിൽ.

'ദ്വന്ദ്വം' എന്ന കഥ അവസാനിക്കുമ്പോൾ നമ്മൾ കേൾക്കുന്ന 'അമ്മേ' വിളി ജന്മാന്തരങ്ങളുടെ സന്ധിയിൽ ഉയരുന്ന ശബ്ദബന്ധന മാണ്.

വ്യത്യസ്തമായ സർഗ സവിശേഷതകളൊരുക്കിക്കൊണ്ടാണ് ഈ കഥ വിരമിക്കുന്നത്.

അമ്മയെ അറിയൽ 'ജൈവം' എന്ന കഥയിൽ മറ്റൊരു പ്രകാരത്തി ലാണ് അനുഭവിക്കാനാവുന്നത്.

സ്കൂൾവിട്ടു വരുന്ന മക്കളെ കാത്തു നിൽക്കുന്ന അമ്മക്കൂട്ടങ്ങളിൽ ഒരച്ചനുണ്ടായിരുന്നു. അദ്ദേഹത്തിന്റെ മകൻ മാത്രമാണ് ബസ് ഷെൽ ട്ടറിൽ കണ്ട ഒരു ഭ്രാന്തിത്തള്ളയെ ശ്രദ്ധിച്ചത്. അവരെ കണ്ടപ്പോൾ ആ തള്ളയുടെ കാത്തിരിപ്പിന മുന്നിലെത്തേണ്ടുന്ന ഒരു സ്കൂൾ കുട്ടിയെ പറ്റിയായി ഈ മകന്റെ ചിന്ത; അവൻ അന്വേഷിക്കുന്നു.

തികഞ്ഞ നിഷ്കളങ്കതയിൽ നിന്നുയരുന്ന മുൻവിധികളില്ലാത്ത അന്വേഷണങ്ങൾ... മനുഷ്യബന്ധങ്ങൾ പണിത തീരാത്ത വീടാണ് സമുദായം.

ഏതുതരം ദർശനങ്ങളും വീക്ഷണസംഹിതകളും മാറ്റി വച്ചാലും പൊട്ടിമുളക്കുന്ന ഹൃദയബന്ധങ്ങളുണ്ട്. അത്തരം കണ്ണികൾക്കൊന്നും പേരിടാനാവില്ല.

'അച്ഛനാവുന്നത് ജൈവികമായി മാത്രമല്ല..' (ഉദകക്രിയ) എന്ന

ഉദാത്തമായ കാഴ്ചപ്പാട് അനുഭവിക്കുന്നിടത്ത്നാം കണ്ടെത്തിയ എല്ലാ സിദ്ധാന്തങ്ങളും ഇടിഞ്ഞുവീഴുന്നു. അപ്പോൾ മതിലുകളില്ലാത്ത പറുദീസ യിൽ ലോകം എത്തിപ്പെടും.

ദ്വന്ദ്വം, ജൈവം എന്നീ കഥകൾ പരിസമാപ്തിയിലെത്തുന്ന സന്ദർ ഭങ്ങളുടെ പ്രകൃതം മടക്കത്തിന്റെതാണ്. മടക്കം ഈ കഥാകാരനെ സംബന്ധിച്ച് ഒബ്സഷനാണ്. 'ഉദകക്രിയ' എന്ന കഥ ആ ബോധ വ്യവസ്ഥക്ക് പ്രത്യേകമായി അടിവരയിട്ടുന്നുണ്ട്: 'മടങ്ങുക എന്ന ബോധമാണ് ഏതു മനുഷ്യന്റെയും ആത്യന്തികമായ ത്വര.'

പ്രകൃതിയെന്ന ഭാരം കയ്യൊഴിയുന്ന ജൈവവിരാമമാണ് മടക്കമെന്ന പ്രക്രിയ. അഹംബന്ധനങ്ങളെല്ലാം അകലുന്നു. തീർത്തും ഭാരരഹിത മാകുന്ന, ശൂന്യതയോടു സംലയിക്കുന്ന, ആത്മഭാവത്തിന്റെ സൂചി പൂജ്യത്തിൽ തൊടുന്ന ബ്രഹ്മ ദിശവിൽ എത്തിച്ചേരുന്നു. പ്രണയത്തിന്റെ സമസ്യ പ്രപഞ്ചം പൂരിപ്പിക്കുന്ന ആദിമബിന്ദുവാണത്.

ഒരു പൂർവേഷ്യൻചലച്ചിത്രദൃശ്യം ഓർമ്മ വരികയാണ്: ആലിംഗന ബദ്ധരാവുന്ന പ്രണയികൾ തെന്നിത്തെന്നി ഒരു വെയ്യിംഗ് മെഷീനിലെ ത്തി നില കൊണ്ടപ്പോൾ അതിന്റെ സൂചകം പൂജ്യത്തിൽ ചെന്നു നിന്നു.

'കടൽക്കാഴ്ച'യെന്ന കഥ മായാസ്പർശവും അതിമനോഹരമായ ഭാവഘടനയുമുള്ള സമാനമായ മറ്റൊരു ദൃശ്യം ചിത്രീകരിക്കുന്നുണ്ട്: 'അല്ല മക്കളേ, ഈ ഇടിയിലും മഴയിലും നിങ്ങൾ എത്ര നേരായി ഈ വിജനമായ കടപ്പുറത്ത്! ഇല്ല അങ്കിൾ, ഒന്നും സംഭവിക്കില്ല. അത്രമാത്രം ഞങ്ങൾ പ്രണയത്തിലാണ്. പിന്നെ ഒരു കാരണം കൂടിയുണ്ട്. ഞങ്ങൾ ക്കായി ഒരങ്കിൾ കാത്തിരിപ്പുണ്ട്! രണ്ടു പേരുടെയും തണുത്ത കൈകളെ രണ്ടു കയ്യിലും ഏറ്റുവാങ്ങി പരസ്പരം ചേർത്തു.

മൂർധാവിൽ ചുംബിച്ചു. അവർ ഓരോ കവിളിലും. കാലുതൊട്ടു വന്ദിച്ചു. തട്ടുദോശയും ചുട്ടുള്ള ഓംലറ്റും കഴിച്ചു. ഒരു സിഗരറ്റ് ബാക്കിയുണ്ട്, അതു കത്തിച്ചു. ഇരുകയ്യും പിടിച്ച് കുട്ടികൾ ലിഫ്റ്റ് വരെ വന്നു. അവരുടെ കണ്ണുകളിൽ നനവു പോലെ. തന്റെ കണ്ണുകൾ നിറഞ്ഞിട്ടുണ്ട്. ലിഫ്റ്റ് കനമില്ലാത്ത വിധം മുകളിലേക്ക കുതിച്ചു.'

***